கற்றுக்கொள்ளுங்கள்

# யோகா
# கற்றுக்கொள்ளுங்கள்

கணபதி ராமகிருஷ்ணன்

நலம்

யோகா கற்றுக்கொள்ளுங்கள்
Yoga Katrukkollungal
*Ganapathy Ramakrishnan* ©
First Edition: December 2007
120 Pages, Price Rs.60
Printed in India.

ISBN 978-81-8368-612-9

Nalam - 43

Nalam, An imprint of
New Horizon Media Pvt. Ltd.,
No. 33/15, Eldams Road,
Alwarpet, Chennai - 600 018.
Phone : 044 - 42009601/03/04
Fax : 044 - 43009701

In Madurai: 82, 1st Floor, Dhaanapa Muthali St.,
Madurai - 1. Phone: 0452 - 4230701

Email : support@nhm.in
Website : www.nhm.in



PRODN / 02 / 05-09

*Publisher*
Badri Seshadri

*Chief Editor*
Pa. Raghavan

*Editor*
R. Parthasarathy

*Asst. Editor*
I. Jayachandran

*Chief Designer*
T. Kumaran

*Designers*
S. Kathiravan
E. Saravanan
S. Anbazhagan

# உள்ளே

★★★★

நமது உடலின் சக்தியையும், மனத்தின் ஆற்றலையும் புரிந்து கொள்ளவும், அவற்றை முழுமையாக வெளிக்கொண்டு வரவும் அறிவியல் முறைப்படி உதவி செய்கிற ஓர் அற்புதம்தான் யோகா.

★★★★

# 1

# யோகா
# ஓர் அறிமுகம்

ஆசையில்லாத மனிதனே உலகில் இருக்க முடியாது. ஆசைதான் வளர்ச்சிக்கான ஆரம்பப்புள்ளி. அதுவே மனிதனை இயக்கும் உந்து சக்தி.

வானமே கூரை என நினைத்து வாழும் நடை பாதைவாசியில் ஆரம்பித்து வானத்தை எட்டும் அளவுக்கு உயரமாகக் கட்டப்பட்ட பங்களாவில் வசிக்கும் பணக்காரன்வரை எல்லோருமே அவரவர் வாழ்க்கைத்தரத் துக்கு ஏற்ப ஆசைப்படுகிறார்கள்.

தனது மகளை மருத்துவராக்கிப் பார்க்க வேண்டுமென ஒரு கூலித் தொழிலாளி ஆசைப்படுகிறார். வருடத்துக்கு பத்து கோடி லாபம் ஈட்டும் ஒரு தொழிலதிபர், அதை நூறு கோடியாக்க ஆசைப்படுகிறார். இப்படி ஒவ்வொருவரும் ஏதோ ஓர் இலக்கை நோக்கித்தான் ஓடிக்கொண்டிருக் கிறார்கள்.

ஆனால், ஆசைப்பட்டபடி அனைவருமே வாழ்கிறார்களா, தங்களின் இலக்கை அடைகிறார்களா என்றால், இல்லை. அதனால்தான் பலரும், 'ஆசைதான் அனைத்து துன்பங்களுக்கும் காரணம்; ஆசை இல்லையெனில் ஆனந்தமாக வாழலாம்' என்றெல்லாம் தத்துவம் பேசி தங்களைத் தாங்களே சமாதானப்படுத்திக்கொள்கிறார்கள்.

இப்படி சமாதானப்படுத்திக்கொள்வதற்கு எந்த அவசியமும் இல்லை. ஆசைப்பட்டபடியே நாம் ஒவ்வொருவரும் வாழ வேண்டும். அப்படி வாழவும் முடியும். ஆனால், அதற்கு தடையாக இருப்பது என்ன? அது தெரியாமல் இருப்பதுதான் பிரச்னை.

விருப்பப்படி வாழ்க்கையை அமைத்துக்கொள்ள வேண்டுமெனில், மனமும் உடலும் பலமானதாக, உறுதியானதாக இருக்க வேண்டும். உறுதியான உடல் என்றவுடன் கட்டுமஸ்தான, மல்யுத்தத்தில் பங்கேற்கிற உடல் என்று அர்த்தப்படுத்திக்கொள்ளத் தேவையில்லை. ஆரோக்கியமான மனது; ஆரோக்கியமான உடல். ஆரோக்கியமான வாழ்க்கைக்கும், ஆசைப்படுகிற வாழ்க்கைக்கும் இந்த இரண்டும் இருந்தால் போதும்.

இதை நாம் உணராமல் போவதால்தான் நம் உடலையும், மனத்தையும் சரிவர பராமரிக்காமல் பலவீனமடைய விடுகிறோம். அதனால்தான் நமது வாழ்வு பலவீனமானதாகவும், அர்த்தமற்றதாகவும் ஆகிவிடுகிறது. சரி. அப்படியானால் நம் உடலையும், மனத்தையும் எப்படி பராமரிப்பது? அவை பலவீனமாகாமல் பாதுகாப்பது எவ்வாறு? நமது எண்ணப்படி வாழ்க்கையை ஏற்படுத்திக்கொள்வது சாத்தியமா?

இந்த எல்லாக் கேள்விகளுக்கும் ஒரே பதில்தான் உண்டு: யோகா.

யோகா என்றால் இணைத்தல். யோகா, உடலையும், மனத்தையும் இணைத்து ஒன்றாக்குகிறது. இதை வார்த்தையால் சொல்வதும், எழுதுவதும் எளிது. ஆனால் நடைமுறையில் இது அவ்வளவு சுலபமாகக் கைகூடும் காரியமல்ல. உடலும், மனதும் ஒரே வண்டியில் பூட்டப்பட்ட இரட்டை மாடுகளைப்போல் இருக்க வேண்டும். ஆனால், எல்லோருக்

கும் அப்படி அமைவதில்லை. சிலருக்கு உடல் தனியே பிரிந்து தறிகெட்டு ஓடுகிறது. சிலருக்கு மனம் சண்டித்தனம் செய்கிறது.

இப்படி வெவ்வேறு திசையில் இழுக்கும் மனத்தையும், உடலையும் விஞ்ஞானப்பூர்வமான முறையில் ஒருங் கிணைப்பதுதான் யோகா.

மனிதனின் வெற்றிக்கும், உடல் மற்றும் மனத்தின் ஒருங் கிணைப்புக்கும் மிக நெருங்கிய தொடர்பிருப்பதை நீங்கள் உணர வேண்டும்.

சொந்த வீட்டில் வாழ நீங்கள் ஆசைப்படுவதாக வைத்துக் கொள்வோம். அப்படி ஆசைப்படுவது உங்கள் மனம். அதற் கான வியூகங்களை வகுப்பதும் மனம்தான். அந்த வியூகங் களுக்கு ஏற்றபடி செயல்படுவது உங்களது உடல். ஆக, மனம் திட்டமிடுகிறது. உடல் அதைச் செயலாற்றுகிறது.

மனத்தின் திட்டமிடுதலில் தவறு இருந்தால் வெற்றி கிடைக் காது. அதேபோன்று, மனத்துக்கு ஏற்றபடி உடலால் செய லாற்ற முடியவில்லை என்றாலும் வெற்றி வசப்படாது.

திட்டமிடுதலிலும், செயலாற்றுவதிலும் மனிதர்களிடையே உள்ள இந்த வித்தியாசம்தான் ஒருவரை வெற்றியாளராகவும், இன்னொருவரை தோல்வி அடைந்தவராகவும் மாற்றுகிறது.

யாரெல்லாம் மனத்தின் திட்டத்தையும், உடலின் செயல் திறனையும் ஒருங்கிணைத்துச் செயல்படுகிறார்களோ, அவர்களே வெற்றியாளர்களாக வாகை சூடுகிறார்கள்.

யோகாவின் மூலமாகத்தான் மனத்துக்கும் உடலுக்கும் ஒருங் கிணைப்பு கிடைக்கிறது என்று ஏற்கெனவே குறிப்பிட்டேன். அப்படியானால் இதுவரை வெற்றி பெற்றவர்கள் அனை வரும் யோகா கற்றவர்களா என்று நீங்கள் கேட்கலாம். என்னுடைய கருத்து அதுவல்ல. யோகா கற்பதன் மூலம் அனைவருமே வெற்றியாளர்களாக ஆகலாம் என்பதையே நான் வலியுறுத்த விரும்புகிறேன்.

இது எப்படி சாத்தியம் என்று உங்களுக்குத் தோன்றலாம். வாழ்க்கையை, ஓர் இருண்ட, கரடு முரடான, நீங்கள்

முன்பின் பார்த்தறியாத பாதையாகக் கற்பனை செய்து கொள்ளுங்கள். சிலருக்குக் கல்வி மூலமாக அறிவு கிடைக்கிறது. சிலருக்குப் பயணம் செய்யும் அனுபவமே அறிவைக் கொடுக்கிறது.

கல்வியால் அல்லது அனுபவத்தால் கிடைக்கும் அறிவின் மூலமாக, மனத்தின் ஆற்றல் தூண்டப்படுகிறது. நாம் போகும் பாதை சரியானதுதானா? இதில் என்னென்ன தடைகள் வரும்? அவற்றை எப்படி எதிர்கொள்ளலாம்? அல்லது இந்தப் பாதையையே மாற்றிவிடலாமா? என பல விஷயங்களையும் ஆராய்ந்து பார்த்து பயணத்தைத் தொடரும் திறனை மனத்தின் ஆற்றல் வழங்குகிறது.

பாதை இருண்டிருந்தாலும், மனத்திலுள்ள விளக்கு பிரகாசமாக எரிந்து, போகும் பாதையில் வெளிச்சத்தை உண்டாக்குகிறது. அந்த வெளிச்சத்தின் துணையோடு அவர்களால் சிரமமின்றி பயணப்பட முடிகிறது. அப்படியே பயணத்தில் தடைகள் வந்தாலும் அவற்றைக் கண்டு பதற்றப்படாமல் இயல்பாக அணுக முடிகிறது.

ஆனால், கல்வியறிவும், அனுபவ அறிவும் பெரும்பாலானவர்களுக்குக் கிடைத்துவிடுவதில்லை. அப்படிக் கிடைத்தாலும் வாழ்க்கைப் பயணத்துக்கு அவற்றைச் சரியாகப் பயன்படுத்த அனைவருக்கும் தெரிவதில்லை. அதனால்தான் பெரும்பான்மையான மக்கள், தட்டுத் தடுமாறி, தடுக்கி விழுந்து வாழ்க்கைப் பாதையில் பயணப்படுகிறார்கள்.

அவர்கள் தடுக்கி விழுவதற்கான காரணம் என்ன?

பாதை இருட்டாக இருப்பதால் பயமும் பதற்றமும் ஏற்படுகிறது. அந்தப் பதற்றத்தால் அவசரமாக, கண்மூடித்தனமாக நடக்கிறார்கள். பள்ளத்தில் சரிந்து விழுந்தோ, மேட்டுப் பகுதியில் இடித்துக்கொண்டோ அடிபடுகிறார்கள். அடிபட்டதனால் பயம் இன்னும் அதிகரிக்கிறது.

நம்மால் இலக்கை அடைய முடியாதோ என்கிற தாழ்வு மனப்பான்மையும், சோர்வும் ஏற்படுகிறது. அதனால், முன்பைவிடப் பதற்றமாக பயணத்தைத் தொடர்கிறார்கள். மறுபடி

மறுபடி அடிபட்டு, வாழ்க்கைப் பயணத்துக்கு நாம் தகுதியில்லை என்கிற விரக்தி மனப்பான்மையில் சிக்கி, வெற்றியைத் தரிசிக்காமலேயே மறைந்து போகிறார்கள்.

எல்லாம் சரிதான். வாழ்க்கைப் பயணத்தை வெற்றிகரமாக்குவதில் யோகா எந்த வகையில் உதவுகிறது?

அதைப் பற்றித்தான் அடுத்த அத்தியாயத்தில் விரிவாகப் பார்க்கப்போகிறோம்.

# 2

# மனநலமே உடல் நலம்

'சுவர் இருந்தால்தான் சித்திரம் வரைய முடியும்' என்பார்கள். நமக்கு உடலே சுவர். நல்ல உடல் நலமே, நல்ல மன நலத்துக்கு, ஆதாரம். சுவர் அற்புதமாக அமைந்து விட்ட தெனில் அதில் எத்தகைய அழகிய ஓவி யத்தை வேண்டுமானாலும் வரையலாமே!

உடல் ரீதியாகப் பாதிக்கப்பட்டவர்கள் மன ரீதியாகவும் பலவீனமாக இருப்பதை நீங்கள் கவனித்திருக்கலாம். அதே போன்று மனம் பலவீனமாக இருந்தாலும் உடலால் உற்சாக மாக இயங்க முடியாது. மனம் சோர்வுற் றிருக்கும்போது ஓர் அடி எடுத்து வைக்கக் கூட சக்தி இல்லாததுபோல் நாம் அனை வருமே உணர்ந்திருப்போம்.

மனத்தின் இயக்கமும் உடலின் இயக்கமும் இப்படி ஒன்றையொன்று சார்ந்தே அமைந் திருக்கின்றன. இரண்டுக்கும் உள்ள நெருக்க மான தொடர்பு புரிந்தும் அவற்றின் நலனில் நாம் கவனம் செலுத்துவதில்லை. குறிப்பாக,

உடல்நலம் குறித்த மிகப்பெரிய அலட்சியம் நம்மிடையே இருக்கிறது.

அந்த அலட்சியத்தின் காரணமாகத்தான் பல்வேறு உடல் பிரச்னைகளுக்கு ஆளாகிறோம். அதன் விளைவாக மனத்தின் நலத்தையும் இழக்கிறோம். உடல், மனம் இரண்டும் பாதிக்கப் பட, வாழ்க்கையின் சந்தோஷங்களையும் இழக்கிறோம்.

உடல் பலமாக இருந்தால் என்னென்ன சாதிக்கலாம்? இதற்கு சீனாவைத்தான் உதாரணமாக எடுத்துக்கொள்ள வேண்டும்.

எல்லா துறைகளிலும் சீனா நம் நாட்டைவிட பல மடங்கு முன்னேறியுள்ளது. அதற்குக் காரணம், கம்யூனிஸம் மட்டும் அல்ல. சீன மக்கள் பலசாலிகள். கோல்முட் என்ற இடத்திலிருந்து லாஸா வரை பனிமலை மேல் ரயில் பாதை போட்டு உலக தொழில் நுட்ப வல்லுனர்களை பிரமிக்க வைக்கிறார்கள். அதுபோன்றே கடல் மேல் 36 கிமீ நீளத்துக்கு பாலம் கட்டியிருக்கிறார்கள். 2008-ல் நடைபெறவிருக்கும் ஒலிம்பிக் போட்டிக்காக அசுர வேகத்தில் பணிபுரிகிறார்கள். மக்கள் பலம்தான் இத்தனை சாதனைகளுக்கும் காரணம்.

பலவிதமான உடற்பயிற்சிக் கலைகள் மூலமாக சீன மக்கள் உடல் பலத்தைப் போஷிக்கிறார்கள். Tai chi போன்ற கலை களின் வாயிலாக அங்கே உடல்பலமும் திறமையும் கலை நயமும் பேணப்படுகிறது. அதன் பலன், பொருளாதாரம், விளையாட்டு, விஞ்ஞானம், தொழில்நுட்பம் என்று எல்லா துறைகளிலும் பிரகாசிக்கிறது.

நல்ல ஆரோக்கியம் என்பது தானாக வருவது அல்ல. நடனமாடி, விளையாடி, ஓடி, உடலை வில்லாக வளைத்து அந்த இலக்கை அடைய வேண்டும். பரதம், விளையாட்டு போன்றவை எல்லாம் உடலின் ஆரோக்கியத்தைப் பரா மரிக்கக்கூடிய அற்புதக் கலைகள். ஆனால், அவை நமது வாழ்வின் ஒரு பகுதியாக ஆக்கப்படவில்லை.

பரதநாட்டியம் என்பது மேடைகளில் மட்டுமே ஆடப் படுகிறது. அக்கலையை முழுமையாகப் பயன்படுத்திக் கொண்டால் நமது உடலைக் கட்டுக்கோப்பாக வைத்துக் கொள்ள முடியும்.

பள்ளிகளில் உடல்கல்வி இருக்கிறது. ஆனால், எவ்வளவு தீவிரமாக உடல்கல்வி மாணவர்களுக்குக் கற்றுத் தரப்படு கிறது என்பதுதான் கேள்விக்குறி.

மன பலம் என்கிற வார்த்தையைக் கேட்டவுடன் நம் நினைவுக்கு வருகிற நாடு ஜப்பான்.

அணுகுண்டு வீச்சுக்குப் பிறகு ஜப்பான் அழிந்துவிட்டது என்றுதான் எல்லோரும் கருதினார்கள். ஆனால், உலகமே வியந்து போகும் அளவுக்கு ஜப்பான் அனைத்துத் துறை களிலும் இன்றைக்கு முன்னணியில் இருக்கிறது.

சாம்பலில் இருந்து எழுச்சி பெற வேண்டும் என்று மன வலிமையோடு போராடியதால்தான் ஜப்பானால் இத்தகைய சாதனையை செய்ய முடிந்தது.

உடல்பலத்துக்கு சீனா, மன பலத்துக்கு ஜப்பான் என்று அடையாளப்படுத்தினாலும், இரண்டு நாடுகளுமே மன பலம், உடல் பலம் ஆகிய இரண்டையும் ஒருங்கிணைத்துத் தான் வெற்றியை அடைந்திருக்கின்றன.

யோகாவின் தாத்பர்யமாக இருக்கும் மன-உடல் ஒருங் கிணைப்பு, நாடுகளையே வெற்றியடைய வைக்கிறது எனில் மனிதர்களின் வெற்றிக்கு உதவி செய்யாதா என்ன?

மேலே சொன்ன விவரங்களின் பின்னணியில் யோகா செய லாற்றும் முறை பற்றிப் பார்க்கலாம்.

ஒரு பொருள் பற்றி முழுமையாகத் தெரியாமல் அதைப் பயன்படுத்துவதற்கும், தெரிந்துகொண்டு பயன்படுத்து வதற்கும் நிறைய வித்தியாசங்கள் உள்ளன.

மனிதனால் கண்டுபிடிக்கப்பட்ட கணிப்பொறியை உதாரண மாக எடுத்துக்கொள்ளுங்கள். கணிப்பொறி அளப்பரிய ஆற்றல் கொண்டது. அதைப் பயன்படுத்தி எண்ணற்ற வேலைகளைச் சாதிக்க முடியும். ஆனால் கணிப்பொறி பற்றியும், அதன் ஆற்றல் பற்றியும், உங்களுக்கு ஒன்றுமே தெரியவில்லை எனில் அதை வைத்துக்கொண்டு உங்களால் என்ன செய்ய முடியும்? ஒரு பொம்மையைப் போல் அது உங்கள் வீட்டில் விளையாடப் பயன்படும். அவ்வளவுதான்.

கணிப்பொறியின் திறன், செயல்பாடு பற்றி முழுமையாகக் கற்றுக்கொண்ட பிறகு அதை பொம்மை போலவா கருது வீர்கள்? அதன் மூலமாகப் பல வேலைகளை முடித்து விட மாட்டீர்களா?

மனமும் அப்படிப்பட்டதுதான். அதன் செயல்திறனை நீங்கள் முழுமையாகப் புரிந்துகொள்ளாதவரை உங்களால் எதையும் சாதிக்க முடியாது. மாறாக, மனத்தின் ஆற்றலையும், எல்லை யில்லா அதன் சக்தியையும் புரிந்துகொண்டீர் களேயானால் வாழ்க்கை மிகச் சுலபமாகிவிடும்.

அதேபோன்று உடலின் ஆற்றலையும் புரிந்துகொண்டு நாம் செயல்படவேண்டும்.

நமது உடலின் சக்தியையும், மனத்தின் ஆற்றலையும் புரிந்து கொள்ளவும், அவற்றை முழுமையாக வெளிக்கொண்டு வரவும் அறிவியல் முறைப்படி உதவி செய்கிற ஓர் அற்புதம் தான் யோகா. உடல் மற்றும் மனத்தின் ஆற்றல் பிடிபட பிடிபட, வாழ்க்கைப் பாதையின் சூட்சுமங்கள் புலப்படு கின்றன. பயணம் சுலபமாகி விடுகிறது.

யோகாவின் மூலமாக உடலும், மனமும் வலிமை மிகுந்ததாக மாறுகின்றன. ஒரு காரியத்தைச் செய்ய வேண்டுமெனில் அதற்கு சக்தி தேவை. உடலோ அல்லது மனமோ சோர்வாக இருக்கையில் எந்தக் காரியத்தைச் செய்வதற்கும் நமக்கு உற்சாகம் வராது. சக்தியே இல்லாததுபோல் உணர்வோம். அந்த நிலையில்கூட உடல் மற்றும் மனத்தின் சக்தியைத் திரட்டி, ஒருங்கிணைத்து ஒரு செயலைச் செய்ய வைக்கிறது யோகா.

உடல் மற்றும் மனம் தவிர்த்து நமக்குள் ஆத்மா என்றோர் அம்சம் உண்டு. அதுவே இறை அம்சம், இறை சக்தி என்று அழைக்கப்படுகிறது.

எதன்மீதும் பற்றற்று இருப்பதே இறை சக்தி. 'பற்றுக பற்றற்றான் பற்றினை' என்று கூறப்படுவதைக் கேள்விப் பட்டிருப்பீர்கள். ஆத்மாவின் இயல்பும் அதுதான். எதன் மீதும் பற்றின்றி சமநிலையில், தன் இயல்புநிலையில் இருப்பது.

ஒரு சிறிய உதாரணத்தின் மூலம் இதைப் புரிந்துகொள்ள முயற்சி செய்யலாம். அறையின் வெப்பநிலையில் தண்ணீர்

இருக்கிறது. அதைச் சூடுபடுத்துகிறீர்கள். தண்ணீரின் வெப்ப நிலை 10 டிகிரி உயர்ந்திருப்பதாக வைத்துக்கொள்வோம். தண்ணீர் அதே வெப்பநிலையிலா தொடர்ந்து இருக்கும்? மெல்ல மெல்ல தனது இயல்பான வெப்பநிலைக்குத் திரும்பி விடும் இல்லையா?

வெப்பநிலை மைனஸில் போகும் அளவுக்குத் தண்ணீரை குளிர வைத்தாலும் சரி, தண்ணீர் அதே நிலையில் தொடர்ந்து இருப்பதில்லை. தனது பழைய நிலைக்கே திரும்புகிறது. ஆத்மாவும் இப்படித்தான்.

மிகப்பெரிய வெற்றி வந்தாலும் சரி, மிக மோசமான தோல்வி வந்தாலும் சரி, மகிழ்ச்சியான தருணமாக இருந்தாலும் சரி, சோகமான தருணமாக இருந்தாலும் சரி, அந்த உணர் விலேயே ஆத்மா நீடித்திருப்பதில்லை. மகிழ்ச்சியும் அல்லாத சோகமும் அல்லாத சமநிலைக்கு, அதாவது எதன் மீதும் பற்றில்லாத இறை நிலைக்கு ஆத்மா திரும்பிவிடும். ஆத்ம பலம் என்பது இதுதான். எந்த உணர்ச்சியாலும் பாதிக்கப்படாமல், சலனமற்று இருப்பது.

இயற்கையால் உருவான அனைத்து படைப்புகளிலும் இந்த சலனமற்ற தன்மையைப் பார்க்கலாம், மனிதனைத் தவிர. மனிதனும் இயற்கையின் படைப்புதானே, அவன் மட்டும் ஏன் மற்றவற்றிடமிருந்து விலகி நிற்க வேண்டும்? அதுதான் மனித மனத்தின் - இனத்தின் இயல்பு.

உலகிலுள்ள ஒவ்வொரு படைப்புமே இப்படித்தான் இயங்க வேண்டும்; இத்தகைய மாற்றங்களைச் சந்திக்க வேண்டும் என்கிற நியதி இருக்கிறது. அந்த நியதியின்படிதான் உலகமே இயங்கி வருகிறது. இந்த நியதியை உருவாக்கியதும் இயற்கை தான். இறை சக்திதான்.

மனித உடலையே எடுத்துக்கொள்வோமே. கருவாக்கப் பட்ட ஒரு செல்லில் உள்ள உயிரணுவுக்கு பத்து மாதத்தில் குழந்தை எப்படி வளர வேண்டும் என்ற செயல் திட்டம் இருக்கிறது.

கரு உருவான முதல் சில வாரங்களில் வெறும் சதைப் பிண்டமாகவே குழந்தை இருக்கிறது. ஆனாலும் அதிலுள்ள இதயத்துக்கான செல்கள், கண்களுக்கான செல்களோடு

கலப்பதில்லை. கைகால்களின் செல்கள், மூளையின் செல்களோடு இணைவதில்லை. முற்றிலும் குழம்பிய நிலையில் இருந்தாலும் ஒவ்வொரு உறுப்புக்குமான செல்கள் சரியாகச் சேர்ந்து குழந்தைக்கு முழு உருவம் கொடுக்கின்றன.

செல்களுக்கு இந்த ஞானம் வந்ததெப்படி? யார் கொடுக்கும் உத்தரவின்படி இவை ஓர் ஒழுங்கமைப்போடு இயங்குகின்றன?

முன்னரே குறிப்பிட்டது போல் இவை அனைத்தும் இறை சக்தியின் விளைவுகள். இயற்கையின் நியதிப்படி நாம் பிறந்தாலும், அதே நியதிப்படி வாழ்வதில்லை. இயற்கையின் மற்ற படைப்புகள், அதன் உத்தரவுப்படியே தொடர்ந்து இயங்குகின்றன. மாற்றங்களை அப்படியே ஏற்றுக்கொள்கின்றன. அவை குறித்து கலங்குவதும் இல்லை. ஆனந்தப்படுவதும் இல்லை. வருவதை அப்படியே ஏற்றுக்கொள்கின்றன.

இந்தத் தன்மைதான் மனிதர்களிடத்தில் இல்லாமல் போகிறது. வளர வளர இயற்கையின் நியதிக்கு எதிராக தனக்கென்று சில நியதிகளை அவன் உருவாக்கிக்கொள்கிறான். இயற்கை தன்மையில் இருந்து மெல்ல மெல்ல விலகுகிறான்.

அவனுக்கு நல்லது நடந்தால் மகிழ்கிறான். கெடுதல் வந்தால் அழுகிறான்; கோபப்படுகிறான். நல்லதே நடக்காதோ எனப் பயப்படுகிறான். நன்மையே தனக்கு ஏற்படவேண்டும்; துன்பம் வந்துவிடக் கூடாது என்று அமைதியின்றித் தவிக்கிறான். அதற்காகவே போராடுகிறான். அவன் எதிர்பார்த்தது நடந்தால் தலைகால் புரியாமல் ஆடுகிறான். எதிர்பாராதது நடந்தால் கோபம், பயம், அமைதியின்மை, போராட்டம் என்ற சுழற்சியில் சிக்கிக்கொள்கிறான்.

இயற்கையின் மற்ற படைப்புகளிடத்தில் இருக்கும் அமைதி அவனிடத்தில் இருப்பதில்லை. அனைத்துமே தனது நியதிகளின்படி நடக்கிறது என்று அவன் எண்ணிக்கொள்கிறான். மனிதனுக்கு ஏற்படும் பிரச்னைகளின் ஆணிவேர் அதுதான்.

இறை சக்தியின் சொல்படிதான் மரம், செடி, கொடி, விலங்குகள், பறவைகள் என அனைத்து உயிரினங்களும்

வாழ்கின்றன. நான் முன்னரே குறிப்பிட்டது போல், மனித னுக்குள் ஆத்மாவின் வடிவில் இறைசக்தி உண்டு. ஆனால் மனிதன், தனக்குள் உறைந்திருக்கும் இறைசக்தியை உணர் வதில்லை.

மனிதனுக்குள் இறைசக்தி இருப்பதை எப்படி புரிந்து கொள்வது?

நாம் ஓர் இரும்புத்துண்டை பார்க்கிறோம். நம் கண்ணால் பார்க்க முடிவது அதன் பௌதிக வடிவத்தைத்தான். இரும்புத்துண்டின் மூலத்தைத் தேடிக்கொண்டே போனால். அது எலக்ட்ரான்கள், புரோட்டான்கள், நியூட்ரான்களால் ஆனது என்பதை உணர்ந்து கொள்ள முடியும். அவற்றை நாம் கண்ணால் பார்க்க முடியாது.

ஆக இரும்புத் துண்டு என்பது அடையாளம், எலக்ட்ரான் கள்தான் அடிப்படை உண்மை. அது போலவே, நம் பெயரும், உடலும் நமது அடையாளங்கள். உள்ளிருக்கும் ஆத்மாதான் அடிப்படை உண்மை. எனவே, ஒவ்வொரு மனிதனும் தெய்வமே என்பதை நாம் உணர வேண்டும்.

அதை உணராமல் போகும்போது, ஆத்மாவின் பிரகாசம் குன்றி பலவீனமாக ஒளிர்கிறது. ஆத்மாவின் வெளிச்சம் இல்லாமல் மனிதன் தட்டுத்தடுமாறி தனது பயணத்தை மேற்கொள்கிறான். அவனது பயணம் இனிமையாக அமைய வேண்டுமெனில் என்ன செய்ய வேண்டும்?

ஒரு தீபம் அணைவது போல் மெலிதாக எரிகையில் என்ன செய்வீர்கள்? எண்ணெய் ஊற்றி திரியைத் தூண்டி அதைப் பிரகாசமாக எரிய வைப்பீர்கள் இல்லையா?

அது போலவே, பலவீனமாக எரியும் இறைசக்தியைத் தூண்டும் வேலையைத்தான் யோகா செய்கிறது. இறை சக்தியின் பிரகாசம் அதிகரிக்க அதிகரிக்க, மனிதன் மனத்தில் அமைதி வருகிறது. மற்ற படைப்புகளுக்கும் தனக்குமான தொடர்பை அவன் உணர்ந்து கொள்கிறான்.

அவற்றைப் போலவே தன்னையும் அவன் இறைசக்தியிடம் ஒப்படைத்து விடுகிறான். இறைசக்தி எப்படியெல்லாம் வழி நடத்துகிறதோ அப்படியே அவனும் செல்கிறான். வழியில்

மேடு, பள்ளம், முள், பூக்கள் என எது எதிர்ப்பட்டாலும் அவன் அது குறித்து மிகையான சந்தோஷமோ அல்லது அதிகப்படியான கவலையோ கொள்வதில்லை.

தோல்வியினால் அவனுக்கு சோர்வு ஏற்படாது. முன்னிலும் முனைப்போடு இயங்கக்கூடிய உத்வேகம்தான் உருவாகும். அதன் மூலமாக வெற்றி அவன் வசப்படும். அந்த வெற்றி, மகிழ்ச்சியையும், அடுத்தடுத்து பல இலக்குகளை நோக்கிப் பயணப்படுவதற்கான உற்சாகத்தையும் கொடுக்கும். பின்னர், இலக்கு, வெற்றி, மகிழ்ச்சி, உற்சாகம் என இவையே மனித வாழ்வின் சுழற்சியாக ஆகிவிடும்.

அதே சமயம், அந்த வெற்றியிலேயே, அது தந்த சந்தோஷத்திலேயே அவன் தலைகால் புரியாமல் திரிய மாட்டான். தோல்வியால் எப்படி எந்த விதத்திலும் பாதிக்கப்படாமல் இருந்தானோ, அதே போன்றுதான் வெற்றியின் போதும் இருப்பான்.

சுருங்கச் சொன்னால், அவன் மனத்தில் எது வந்தாலும் சலனமின்றி ஏற்றுக்கொள்கிறஅமைதி வந்து விடுகிறது. அமைதியை சாதாரணமாக நினைத்து விடாதீர்கள். அதற்கு மிகப்பெரிய சக்தி உண்டு.

பயம், பதற்றம், கவலை என மனம் தீவிரமான உணர்ச்சி நிலையில் இருந்தால், நம் உடலிலும், மனத்திலும் குறைந்த சக்திதான் இருக்கும். ஆத்மாவால் வரும் அமைதியின் மூலமாக மனத்தின் ஆற்றல் பெருகுகிறது. அதன் சக்தி வீணடிக்கப்படாமல் முழுமையாகப் பயன்பாட்டுக்கு வருகிறது. முழு திறனோடும், தீவிரத்தோடும் அறிவு செயல் பட ஆரம்பிக்கிறது. உடலும் முழுபலத்தோடு அதற்கு ஒத்துழைக்க ஆரம்பிக்கிறது.

இதுவே யோகாவின் சிறப்பம்சம். உடல், மனம், ஆத்மா ஆகிய மூன்றையும் ஒருங்கிணைத்து, அவற்றை பலம் பொருந்தியதாக ஆக்குகிறது யோகா.

மனம் என்பது அறிவு, சிந்தனை, திட்டமிடுதல் ஆகிய வற்றைச் சார்ந்தது. உடல் என்பது செயல்பாட்டுக்கான பலத்தைச் சார்ந்தது. ஆத்மா என்பது உள்ளே இருக்கும் இறை சக்தியைச் சார்ந்தது. இந்த மூன்றையும் ஒரே புள்ளியில்

குவிக்கிறது யோகா. அதன் மூலமாக அளப்பரிய சக்தி கிடைக்கிறது. அந்தச் சக்தி, வாழ்க்கைப் பயணத்தை முற்றிலும் இனிமையானதாக மாற்றிவிடுகிறது.

பிறப்பால், சமூக, பொருளாதார நிலையால் ஒருவருக்கொருவர் பல வேறுபாடுகள் இருக்கலாம். ஆனால், யோகா அனைத்து வேறுபாடுகளையும் தகர்த்து எறிந்து விடுகிறது. யோகாவைக் கற்பதனால் ஒரு கோடீஸ்வரனும், ஒரு குடிசை வாசியும் வாழ்க்கையை ஒரே மாதிரிதான் அனுபவிப்பார்கள். ரசிப்பார்கள். வாழ்க்கையின் அனைத்து சம்பவங்களையும் ஒன்று போலவே அணுகுவார்கள்.

சுருங்கச் சொன்னால் யோகாவின் முன் அனைவரும் சமம்.

# 3

# யோகா : மூன்று அம்சங்கள்

ஆசனம், பிராணாயாமம், தியானம் - இவை மூன்றும்தான் யோகாவின் முக்கியமான அம்சங்கள். ஆசனம் என்பது உடலின் குறை களைச் சரி செய்து அதைப் பலப்படுத்துகிறது. பிராணாயாமம் உடலின் ஆற்றலை இன்னும் மெருகேற்றி பட்டை தீட்டுகிறது. தியானம் ஆத்ம பலத்தையும், மன பலத்தையும் உணரச் செய்கிறது. இனி ஒவ்வொன்றைப் பற்றியும் கொஞ்சம் விளக்கமாகப் பார்ப்போம்.

**ஆசனம்**

உடலின் வழியாகத்தான் அனைத்து இன்பங் களையும் நாம் அனுபவிக்கிறோம். இன்பத் தின் வாசலாக இருக்கும் உடலை பிரச்னை கள் ஏதுமின்றி பலப்படுத்த வேண்டும். அதற்கான வழி தான் ஆசனப் பயிற்சி.

ஆரம்பத்தில் ஆசனம் செய்வது கடினமாக இருக்கும். போகப்போக நடப்பது, பேசுவது போல் ஆசனமும் மிக எளிதான இயக்கமாகி

விடும். ஆசனப் பயிற்சியில் தொடர்ச்சியாக ஈடுபடுவதன் மூலம் உடலை நம் விருப்பத்துக்கு ஏற்றவாறு வளைக்க முடியும்.

நமது அன்றாட செயல்பாடுகள், உடம்பை ஆரோக்கியமாக வைத்திருக்க எந்த விதத்திலும் உதவுவதில்லை. உடலின் நலத்தை மேம்படுத்தக்கூடிய எந்தச் செயலையும் நாம் அன்றாடப் பழக்கமாக வைத்திருப்பதில்லை. நமது முறை யற்ற செயல்பாடுகளால் உடலின் பல பாகங்கள் பலவீனமாக வாய்ப்பிருக்கிறது.

ஆசனங்களின் மூலமாக உடலின் பலவீனங்கள் நீக்கப்படு கின்றன. உடல் பாகங்கள் ஒவ்வொன்றும் பலப்படுத்தப் பட்டு அழகூட்டப்படுகின்றன. ஆனால், உடல் பலம் என்பது ஒரு நாளில் அல்லது ஒரே ஆண்டில் உருவாகக்கூடிய விஷய மல்ல. இடைவிடாமல் தொடர்ச்சியாக ஆசனங்களை செய்து வந்தால் மட்டுமே உடல் மொத்தமும் பலப்படும்.

அதன்பிறகு பாருங்கள். உங்களின் அனைத்துப் புலன்களும் சார்ஜ் செய்யப்பட்ட பேட்டரிபோல் மிகவும் துல்லியமாக, கூர்மையாக வேலை செய்யும்.

நமது உடல் பல்வேறு அடுக்குகளால் ஆனது. ஒவ்வொரு அடுக்கையும் விலக்கிக்கொண்டே வந்தால் இறுதியில் மிஞ்சு வது ஆத்மா. உடலின் மூலம் என்பது ஆத்மாதான். இயற் பியலில் இதையே இழை என்கிறார்கள்.

இயற்பியலின் அடிப்படையில் உடலை இப்படித்தான் பிரிக்கிறார்கள்.

**உறுப்புகள்**

சதை

செல்கள்

அணுக்கள்

துகள்கள்

இழை

ஆசனம் என்பது உடற்பயிற்சி அல்ல. அது ஆன்மிக சாதகம். உறுப்புகளைக் கடந்து, செல்களைக் கடந்து அனைத்துக்கும்

மையமாக இருக்கும் இழையில் ஒவ்வொரு ஆசனமும் பாதிப்புகளை ஏற்படுத்துகின்றன. அந்தப் பாதிப்புகள் அணுக்கள், செல்கள் என உடல் முழுக்கப் பரவி குறைகளைக் களைந்து பலப்படுத்துகின்றன.

உடல் என்பது ஆத்மாவின் பௌதீக வடிவம். ஆத்மா உடலாக வடிவெடுத்திருப்பதற்கான சூத்திரங்கள், இழையில் இருக்கின்றன. ஆசனம் அந்தச் சூத்திரங்களைச் சரி செய்கிறது.

இதன் பின்னணியில் இருப்பது மிக எளிமையான தத்துவம் தான். கணிப்பொறி, தொலைக்காட்சி, செல்போன் என எந்தக் கருவியை வேண்டுமானாலும் எடுத்துக்கொள்ளுங்கள். அவை இயங்குவதற்கான கட்டளைகள் குறிப்பிட்ட சில பாகங்களில்தான் அடங்கியிருக்கும். கருவியின் இயக்கத்தில் ஏதாவது பிரச்னை எனில் அந்தப் பாகங்களிலுள்ள கட்டளைகளை மாற்றி அமைத்தாலே போதும். கருவி நன்றாக இயங்கும்.

அதேபோன்று, உடலின் மையமாக இருக்கும் இழையில் உள்ள சூத்திரங்களை ஆசனத்தின் மூலம் தூண்டி விட்டாலே, உடல் பலம் பொருந்தியதாக ஆகிவிடும்.

ஆசனத்தை அமைதியாக, பொறுமையாக, ஆத்மார்த்தமாக செய்ய வேண்டும். உடலுக்கு அமைதி இருந்தால்தான் மனத்துக்கும் அமைதி கிடைக்கும்.

**பிராணாயாமம்**

பிராணா என்றால் மூச்சு. இதையே உயிர் என்றும் சொல்லலாம். மூச்சுவிடுவதன் மூலமாகவே நமக்கு ஆக்ஸிஜன் கிடைக்கிறது. அது உடலின் அனைத்துப் பாகங்களுக்கும் பரவி அவற்றின் ஆரோக்கியமான இயக்கத்துக்கு உதவுகிறது.

பொதுவாக, நாம் மூச்சுவிடுவது ஓர் ஒழுங்கான தாளகதியில் சீராக நடப்பதில்லை. சீரற்ற முறையில்தான் அந்த இயக்கம் நடைபெறுகிறது. இதனால் சமயங்களில், போதுமான ஆக்ஸிஜன் உடல் உறுப்புகளுக்குக் கிடைக்காமல் அவற்றின் செயல்பாட்டில் சிக்கல்கள் ஏற்படுகின்றன. அதன்

விளைவாக பல நோய்களும் உருவாகின்றன. மூச்சுவிடும் இயக்கம் ஒழுங்கற்று இருப்பதுதான் அடிப்படைக் காரணம்.

பிராணாயாமம் மூலமாக மூச்சுவிடும் இயக்கம் ஒழுங்கு படுத்தப்படுகிறது. இதனால், உடலின் அனைத்துப் பாகங் களுக்கும் சீராக ஆக்ஸிஜன் செலுத்தப்பட்டு அவை வீரியம் பெறுகின்றன. ஆசனத்தால் செப்பனிடப்பட்ட உறுப்புகள், பிராணயாமத்தால் இன்னும் பல மடங்கு கூர்மை பெறு கின்றன.

சொன்னால் கேட்காத உடல், சொல்வதற்கு முன்பாக செயலுக்குத் தயாராக இருக்கிறது. 'விசையுறு பந்தினைப் போல் உளம் வேண்டியபடி செல்லும் உடல் கேட்டேன்' என்கிறார் பாரதியார். பிராணாயாமம் அத்தகைய உடலைத் தான் தயார்படுத்துகிறது.

**தியானம்**

யதார்த்தம் மூன்று நிலையில் உள்ளது.

பௌதிக நிலை

குவாண்டம் நிலை

வெர்சுவல் நிலை

பௌதிகம் புலன்களால் உணரப்படுவது. நாம் அந்த நிலை யில்தான் வாழ்ந்து கொண்டிருக்கிறோம். அதற்குக் கீழே குவாண்டம் நிலை உள்ளது. அதற்கும் கீழே உள்ளது வெர்சுவல் நிலை. வெர்சுவல் நிலையில் எதுவும் கிடையாது. அது சூன்ய நிலை. எதுவுமற்ற நிலை. எதுவுமற்ற நிலை என்பது ஆத்மாவைத்தான் குறிக்கும்.

தியானத்தின் வழியாக உடலின் மூலமான ஆத்மாவை நாம் அடைகிறோம். அங்கே எந்தவிதமான சஞ்சலமும் கிடை யாது. அமைதியின் மறுபெயர் மூலம். நாம் எந்த மூலத்தி லிருந்து வருகிறோமோ அதே மூலத்துக்கு தியானம் நம்மை அழைத்துச் செல்கிறது.

அதை அடைந்துவிட்டால் போராட்டமில்லை, துன்ப மில்லை, தோல்வியில்லை, வருத்தமில்லை. நாம் நினைத்த படியே அனைத்து செயல்களும் நடக்கும்.

ஆனால், இந்த நிலையை அடைவது அவ்வளவு சுலபமல்ல. தியானம் செய்ய ஆரம்பித்த புதிதில் மனம் அலை மோதும். கடிவாளம் இல்லாத குதிரையாக அப்படியும் இப்படியுமாக திரியும். மெல்ல மெல்லத்தான் மனம் உங்களின் கட்டுப் பாட்டுக்குள் வரும். தியானத்தில் தீவிரமாக ஈடுபடுகிற வர்களே ஆத்மா என்கிற இறை நிலையை அடைய முடியும்.

அந்த நிலையைத்தான் பாரதியார் ‘தெய்வம் நீயென்றுணர்’ என்று குறிப்பிட்டார். அவர் குறிப்பிட்ட தெய்வ நிலையை யோகா, அறிவியல் ரீதியாக எல்லோருக்கும் அளிக்கிறது.

அடுத்த அத்தியாயத்தில் கிட்டத்தட்ட எழுபதுக்கும் மேற் பட்ட ஆசனங்களையும், அவற்றைச் செய்வதால் கிடக்கும் பலன்களையும் பார்க்கலாம்.

## ஆசனங்கள்

(உடலுக்கு வலிமையையும் உள்ளத்துக்குத் தெளிவையும் கொடுக்கக்கூடிய நூற்றுக்கணக்கான ஆசனங்கள் உள்ளன. இவற்றில் முக்கியமானவையும், எளிமையாக எல்லோராலும் செய்யக்கூடியதுமான சில ஆசனங்களை இங்கே தொகுத்துள்ளோம்.)

1. தடாசனா
2. விருக்ஷாசனா
3. உத்தித திரிகோணாசனா
4. பரிவ்ரத திரிகோணாசனா
5. உத்தித பார்ச்வ கோணாசனா
6. பரிவ்ரத பார்ச்வ கோணாசனா
7. வீரபத்ராசனா-1
8. வீரபத்ராசனா-2
9. உத்தித ஹஸ்த பாதாங்குஸ்தாசனா
10. பார்ஸ்வோத்தனாசனா
11. ப்ராசாரித பாதோத்தாசனா
12. உத்கடாசனா
13. உத்தனாசனா
14. பாதாங்குஸ்தாசனா
15. உர்த்வ ப்ராசாரித ஏக பாதாசனா
16. அர்த்த பத்த பத்மோத்தனாசனா
17. கருடாசனா
18. வாதாயனாசனா
19. சலபாசனா
20. மகராசனா
21. தனுராசனா
22. பார்ஸ்வ தனுராசனா
23. சதுராங்க தண்டாசனா
24. புஜங்காசனா
25. அதோமுகஸ்வனாசனா
26. தண்டாசனா
27. அர்த்த நவாசனா
28. கோமுகாசனா
29. லோலாசனா
30. சித்தாசனா
31. வீராசனா
32. சுப்த வீராசனா
33. பர்யங்காசனா
34. பேகாசனா
35. பத்மாசனா
36. சன்முகி முத்ரா
37. பர்வதாசனா
38. தோலாசனா
39. சிம்ஹாசனா - 1
40. சிம்ஹாசனா - 2
41. மத்ஸ்யாசனா

42. மஹாமுத்ரா
43. ஜானு சிரசாசனா
44. பரிவ்ரத ஜானு சிரசாசனா
45. அர்த்த பத்த பத்ம பஸ்சிமோத்தனாசனா
46. திரியங்க முகைபாத பஸ்சிமோத்தனாசனா
47. க்ரௌஞ்சாசனா
48. உபவிஸ்த கோனாசனா
49. பஸ்சிமோத்தனாசனா
50. ஊர்த்வமுக பஸ்சிமோத்தனாசனா
51. உபய பாதாங்குஸ்தாசனா
52. சிரசாசனா
53. சர்வாங்காசனா
54. ஹாலாசனா
55. கர்ணபீடாசனா
56. சுப்த கோணாசனா
57. பார்ஸ்வஹாலாசனா
58. பரிகாசனா
59. ஜாதர பரிவர்தனாசனா
60. ஊர்த்வ ப்ராசாரித பாதாசனா
61. சுப்த பாதாங்குஸ்தாசனா
62. அனந்தாசனா
63. பரத்வாஜாஸனா
64. மாரிச்யாசனா
65. அர்த்தமத்ஸ்யேந்தராசனா
66. மாலாசனா
67. நடராஜாசனா
68. பாசாசனா
69. சவாசனா

**பிராணாயாமம்**

1. உஜ்ஜயி
2. நாடிசோதனா
3. சந்திரபேதனா
4. சூர்யபேதனா
5. கபாலபாடி
6. பஸ்ட்ரிகா
7. விலோமா
8. அனுலோமா
9. பர்திலோமா
10. ஜாலாந்தர பந்தா
11. உத்தியான பந்தா
12. மூல.பந்தா

## தடாசனா

தடா என்றால் மலை. மலை போல் உறுதியாக, அசையாமல் நேராக நிற்றல். இதை சமஸ்திதி என்றும் சொல்லலாம்.

★ பின்கால்களும், கட்டை விரல்களும் ஒன்றையொன்று தொட்டுக் கொள்கிற வகையில் பாதங்களை ஒட்டி வைத்து நேராக நிற்க வேண்டும். பாதங்களைத் தரையில் அழுத்தி வைக்க வேண்டும். விரல்களை நன்றாக நீட்டி தரையில் சமமாக அழுத்த வேண்டும்.

★ முழங்கால்கள் சிறிய அளவு கூட மடங்காமல் நேராக, விறைப்பாக இருக்க வேண்டும்.

★ வயிறை உள்வாங்கி, மார்பை முன் தூக்கி முதுகெலும்பை மேலிழுத்து கழுத்தை நேராக்க வேண்டும்.

★ உடல் எடை ஒருபக்கம் மட்டும் அதிகமாக இருக்காமல் பாதத்தில் சமமாக இருக்க வேண்டும்.

★ கைகளை மேலேயும் தூக்கலாம். பக்கவாட்டிலும் தொங்க விடலாம்.

**பலன்கள்:**

எப்படி நிற்க வேண்டுமென்பது மக்களுக்குத் தெரிவதில்லை. சிலர் உடல் எடை முழுவதையும் ஒரு கால் தாங்கும்படி

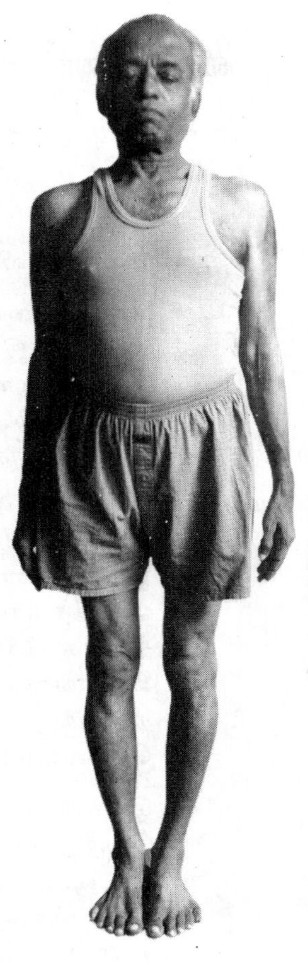

வளைந்து நிற்கிறார்கள். சிலர் பாதத்தின் ஓரத்தில் எடையைச் செலுத்துகிறார்கள். இதனால் உடலில் பல கோளாறுகள் ஏற்பட்டு முதுகெலும்பு வளையும் தன்மையை இழக்கிறது.

தடாசனாவின் மூலம், இடுப்பு சுருங்கி, வயிறு உள்தள்ளி மார்பு விரிவடைகிறது. இதனால் உடல் தக்கையாகி, மனம் தெளிவடைகிறது. சரியாக நிற்காவிட்டால் இடுப்பு இளகி, வயிறு முன்தள்ளி, உடல் பின் நெளிந்து முதுகெலும்பு பாதிக்கப்பட்டு உடல் சோர்வடைகிறது. மனமும் சோர் வடைகிறது. ஆகவே தடாசனா மூலம் சரியாக நிற்கும் கலையைக் கற்றுக்கொள்ள வேண்டும்.

# விருக்ஷாசனா

★ தடாசனாவில் நிற்கவும்.

★ வலது காலை வளைத்து, அதன் குதிகால் இடது தொடையின் உள்பக்கமாக இருக்குமாறு பதிக்கவும். குதிகால் மேல் புறம் நோக்கியும், விரல்கள் கீழ்ப்புறம் நோக்கியும் இருக்க வேண்டும்.

★ இடது காலைத் தரையில் அழுத்தமாகப் பதிய வைத் திருக்க வேண்டும். இரண்டு உள்ளங்கைகளையும் சேர்த்து, தலைக்கு மேலே கொண்டு செல்லவும்.

★ இந்த நிலையில் சிறிது நேரம் இருந்து சாதாரணமாக மூச்சு விடவும். பிறகு கைகளை கீழே கொண்டு வந்து வலது காலை நேர்படுத்தி தடாசனா வுக்கு வர வேண்டும்.

★ இது போன்று இடது பக்கமும் செய்ய வேண்டும்.

**பலன்கள் :**

பக்கவாட்டில் ஆடாமல் அசை யாமல் நேராக நிற்க உதவுகிறது. இதன் மூலம் ரத்த ஓட்டம் சீராகிறது.

## உத்தித திரிகோணாசனா

உத்தித என்றால் நீள்படுத்துதல். திரிகோணா என்றால் முக்கோணம். இது நீள்படுத்தப்பட்ட முக்கோண ஆசனம்.

★ தடாசனாவில் நிற்கவும்.

★ மூச்சை உள்வாங்கி, ஒரு குதி குதித்து 3 1/2 அடி இடைவெளி இருக்குமாறு கால்களைப் பரப்பி வைக்கவும். தோள்பட்டைக்குச் சமமாக, உள்ளங்கை தரையைப் பார்க்கும்படியாக, பக்கவாட்டில் கைகளைத் தூக்க வேண்டும். கைகள் தரைக்கு இணையாக இருக்க வேண்டும்.

★ மூச்சை வெளியேற்றி, உடலை வலது பக்கம் வளைக்கவும். வலது உள்ளங்கை, வலது குதிகால் பக்கத்தில் முழுமையாகத் தரையைத் தொட வேண்டும்.

★ இடது கையை மேலே தூக்கி வலது தோளுக்கு நேராக, வலது கைக்கு நேராகக் கொண்டு வர வேண்டும். இடது கட்டைவிரலைப் பார்க்க வேண்டும்.

★ முழங்காலை நீட்டிக்க வேண்டும். வலது காலின் விரல் கள் தரையில் நன்றாகப் பதிய வேண்டும். இது போல இடது பாதத்தின் வெளிப்புறமும் தரையில் நன்றாகப் பதிய வேண்டும்.

★ இரண்டு பக்கத் தோள்களை நீட்ட வேண்டும்.

★ இந்த ஆசனத்தில் அரை நிமிடம் சாதாரண மூச்சில் இருக்க வேண்டும்.

★ மூச்சை உள்ளிழுத்து வலது கையைத் தரையிலிருந்து எடுத்து உடலை ஆரம்ப நிலைக்குத் திருப்பி முதல் நிலைக்கு வரவேண்டும்.

★ இதே போல் இடது பக்கமும் செய்ய வேண்டும்.

**பலன்கள் :**

இந்த ஆசனத்தின் மூலம் உடல் எடை குறைகிறது. இடுப்புத் தசைகள் வலுவாகின்றன.

## பரிவ்ரத திரிகோணாசனா

பரிவ்ரத என்றால் திரும்புதல். இது சுழலும் முக்கோண ஆசனம். உத்தித திரிகோணாசனத்துக்கு எதிர்மறையானது.

★ தடாசனாவில் நிற்கவும்.

★ மூச்சை உள்வாங்கி, குதித்து கால்களை 3 1/2 அடி இடைவெளியில் பரப்பவும். உள்ளங்கை தரையை நோக்கும்படியாகக் கைகளைப் பக்கவாட்டில் நீட்டவும். வலது பாதத்தை பக்கவாட்டில் 90 டிகிரி திருப்பவும். இடது பாதத்தை 60 டிகிரி வலது பக்கம் திருப்பவும்.

★ மூச்சை வெளியிட்டுக்கொண்டே, உடலை வலது பக்கமாகத் திருப்ப வேண்டும். இடது உள்ளங்கை வலது காலுக்கு அருகாமையில் தரையில் தொட முயற்சிக்க வேண்டும்.

பலன்கள்:

இந்த ஆசனம், தொடை,கால் மற்றும் இடுப்புச் சதைகளை பலப்படுத்துகிறது. இதைத் தொடர்ந்து செய்து வந்தால் தண்டு வடமும் பின்பகுதியும் நன்றாக வேலை செய்யும். இந்தப் பகுதிகளுக்கான ரத்த ஓட்டமும் அதிகரிக்கிறது. மார்பு நன்றாக விரிவடையும். பின் பக்கத்து வலிகளும் நீங்கும். வயிற்றுப்பகுதி உறுப்புகளும், இடுப்புப் பகுதியும் பலப் படும்.

## உத்தித பார்ச்வ கோணாசனா

பார்ச்வ என்றால் ஒரு பக்கம் என்று பொருள். இது நீட்டிக்கப்பட்ட, பக்க கோண வடிவான ஆசனம்.

★ தடாசனாவில் நிற்கவும். மூச்சை உள்ளே இழுத்து ஒரு குதி குதித்து கால்களை 4 அடி இடைவெளியில் பரப்பவும். பக்கவாட்டில் கைகளைத் தூக்கவும். உள்ளங்கை கீழ்ப்பக்கம் நோக்கி இருக்க வேண்டும்.

★ மூச்சை மெதுவாக உள்ளிழுத்து வலது பாதத்தை 90 டிகிரியில் வலது பக்கம் திருப்பி, இடது பாதத்தை வலது பக்கம் திருப்பவும். இடது காலை நன்றாக நீட்ட வேண்டும். வலது முழங்காலை வளைத்து தொடையும் காலும் செங்கோணமாகவும், வலது தொடை தரைக்கு இணையாக இருக்கும்படியும் வைத்துக்கொள்ள வேண்டும். இடது கையின் கட்டைவிரலைப் பார்க்க வேண்டும்.

★ வலது உள்ளங்கையை வலது பாதத்துக்கு அருகில் தரையில் வைக்க வேண்டும். வலது கட்கம், முழங்காலுக்கு வலது பக்கத்தில் இணைய வேண்டும். இடது

கையை இடது காதுக்கு மேலாக நீட்ட வேண்டும். தலையை கூரையை நோக்கி மேலே தூக்க வேண்டும்.

★ இடுப்பை நன்றாக நீட்ட வேண்டும்.

★ இந்த நிலையில் அரை நிமிடம் இருக்க வேண்டும்.

★ இதே போல் இடது பக்கமும் செய்ய வேண்டும்.

★ இந்த நிலையில் ஒரு நிமிடம் மூச்சு விடவேண்டும். பின்பு வலது உள்ளங்கையைத் தரையிலிருந்து எடுக்கவும். மூச்சை உள்ளிழுத்து 2 வது நிலைக்கு வர வேண்டும்.

★ வலது பாதத்தை 90 டிகிரி திருப்பி இடது பக்கம் கொண்டு செல்லவும். இரண்டு முழங்கால்களையும் நீட்டி, முதலில் சொல்லப்பட்ட 6 விதிகளை மறுபடி செய்யவும். மூச்சை உள்ளே இழுத்து 2 வது நிலைக்கு வரவும்.

★ மூச்சை வெளியே இழுத்து தடாசனா வரவும்.

**பலன்கள்:**

இந்த ஆசனம் கால்களைப் பலப்படுத்துகிறது. இடுப்புச் சதை குறைந்து நல்ல உருவம் கிடைக்கும். இடுப்பு மெலிந்து கெட்டியாவதால் உடல் அழகு பெறுகிறது.

## பரிவ்ரத பார்ச்வ கோணாசனா

★ தடாசனாவில் நிற்கவும்.

★ மூச்சை இழுத்து, குதித்து கால்களை 3 1/2 அடி இடைவெளியில் பரப்பவும். தோளுக்கு இணையாக இருக்கும் படி கைகளைப் பக்கவாட்டில் நீட்ட வேண்டும். உள்ளங்கை கீழே பார்க்க வேண்டும்.

★ மூச்சை வெளியே விட்டுக்கொண்டே உடலை வலது பக்கம் திருப்பவும். இடது உள்ளங்கை வலது காலுக்கு அருகாமையில் தரையில் தொட முயற்சிக்க வேண்டும்.

★ வலது கையை மேலே தூக்கி தலைக்கு மேலாக நீட்ட வேண்டும். வலது கட்டை விரலைப் பார்க்க வேண்டும்.

★ முழங்காலை நீட்டிக்க வேண்டும். வலது பாத விரல்கள் தரையோடு ஒட்டி இருக்க வேண்டும்.

★ தோளை விறைப்பாக்கவும். இந்த நிலையில் அரை நிமிடம் நிற்க வேண்டும். சாதாரணமாக மூச்சு விட வேண்டும்.

★ மூச்சை உள்ளிழுத்து கையைத் தரையிலிருந்து தூக்கி உடலைத் திருப்பி முதல் நிலைக்கு வரவும்.

★ மூச்சை வெளியே விட்டு இடது பக்கத்திலும் மேலே சொன்னது போல செய்யவும்.

★ பின்னர், இரண்டு பக்கத்திலும் சம காலமாக நிற்க வேண்டும்.

★ அதன் பிறகு மூச்சை உள்ளே இழுத்து 1 ம் நிலைக்கு வரவும்.

★ மூச்சை வெளியே விட்டு தடாசனா வர வேண்டும்.

**பலன்கள்:**

பார்ச்வ கோணாசனத்தை விட, இதில் பல மடங்கு பலன் கிடைக்கிறது. இந்த ஆசனத்தால் வயிற்றுப்பகுதியிலுள்ள உறுப்புகள் நன்றாக வேலை செய்கின்றன. அதனால் கழிவுப் பொருள் இலகுவாக வெளியேற்றப்படுகிறது.

# வீரபத்ராசனா – 1

★ தடாசனாவில் நிற்கவும்.

★ இரண்டு கைகளையும் தலைக்கு மேல் தூக்கவும். நன்றாக நீட்டி உள்ளங்கைகளைச் சேர்க்கவும்.

★ மூச்சை உள் வாங்கி, குதித்து கால்களை 4 1/2 அடி இடைவெளியில் பரப்பவும்.

★ மூச்சை வெளியே விட்டு வலது பக்கம் திரும்பவும்.

★ வலது முழங்காலை தரைக்கு 90 டிகிரி கோணத்தில் கொண்டு வரவும். தொடை தரைக்கு இணையாக இருக்க வேண்டும்.

★ இடது காலை நன்றாக நீட்ட வேண்டும். தலையை மேலே தூக்கி பின்னால் வளைத்து மேலே பார்க்கவும்.

★ இதேபோன்று இடது பக்கம் செய்ய வேண்டும்.

★ மூச்சை வெளியே விட்டு தடாசனா வரவும்.

**பலன்கள்:**

மார்பு விரிவடைகிறது. மூச்சு ஆழமாகிறது. தோளும், பின்புறமும் வலுவடைகின்றன. கழுத்து பலமடைகிறது. இடுப்புக்கும் நல்ல பயிற்சி கிடைக்கிறது.

## வீரபத்ராசனா – 2

★ தடாசனாவில் நிற்கவும்.

★ உள் மூச்சு வாங்கி கால்களை 4 1/2 அடிக்குப் பரப்பவும். கைகளைத் தோளுக்கு இணையாகப் பக்கவாட்டில் உயர்த்த வேண்டும். உள்ளங்கை கீழே பார்க்க வேண்டும்.

★ மூச்சை வெளிவிட்டுக்கொண்டே வலது முழங்காலை வளைத்து தொடை தரைக்கு இணையாகும்படி கொண்டு வரவும். முழங்கால் குதிகாலுக்கு இணையாக இருக்க வேண்டும்.

- ★ எதிர்ப்புறத்திலிருந்து இரண்டு பேர் கையை இழுப்பது போல் பக்கவாட்டில் கைகளை நீட்ட வேண்டும்.
- ★ முகத்தை வலப்புறம் திருப்பி வலது கையைப் பார்க்க வேண்டும். இடது காலை நன்றாக நீட்ட வேண்டும்.
- ★ இந்த நிலையில் அரை நிமிடம் இருக்கவும். மூச்சை இழுத்து 2 ம் நிலைக்கு வரவும்.
- ★ இதே போல் இடது பக்கமும் செய்ய வேண்டும்.
- ★ இரண்டாம் நிலைக்கு வந்து தடாசனா வரவும்.

***பலன்கள்:***

கால் தசைகள் பலமடைந்து நல்ல உருவம் பெறுகின்றன. சுளுக்கு இருந்தால் விலகி விடும். வயிற்றுப் பகுதி உறுப்புகள் நன்றாக வேலை செய்து ஜீரண சக்தி அதிகரிக்கும்.

## உத்தித ஹஸ்த பாதாங்குஸ்தாசனா

உத்தித என்றால் நீட்டுதல். ஹஸ்தா என்றால் கை. பாதாங்குஸ்தா என்றால் கால் கட்டை விரல். ஒரு காலில் நின்று இன்னொரு காலை நீட்டி அதன் கட்டை விரலைத் தொடுவதுதான் இந்த ஆசனத்தின் அடிப்படை.

- ★ தடாசனாவுக்கு வரவும்.
- ★ மூச்சை வெளிவிட்டு வலது காலைத் தூக்கி முழங்காலை வளைத்து வலது கையால் கட்டை விரலைப் பிடிக்க வேண்டும். பேலன்ஸ் செய்து கொள்ள வேண்டும்.
- ★ மூச்சை வெளிவிட்டு வலது காலை நீட்ட வேண்டும். பேலன்ஸ் செய்து அப்படியே நிற்க வேண்டும்.
- ★ இதே போன்று இடது காலிலும் செய்ய வேண்டும்.

**பலன்கள்:**

இந்த ஆசனம் பரத நாட்டியம் ஆடுபவர்களுக்கு மிகவும் நல்லது. ஒரு காலில் பேலன்ஸ் செய்து நிற்க வேண்டிய நிலை, பரத நாட்டியத்தில் மிக முக்கியமான அம்சமாக இருக்கிறது. அந்த நிலையில் நீண்ட நேரம் ஆடாமல் அசையாமல் நின்றால் நாட்டியம் நன்றாக அமையும்.

உடல் பேலன்ஸ், பலம் ஆகியவை இந்த ஆசனத்தின் மூலம் கிடைக்கிறது.

## பார்ஸ்வோத்தனாசனா

★ தடாசனாவில் நிற்கவும். மூச்சை இழுத்து முன்னால் உடம்பை நீட்டவும்.

★ உள்ளங்கைகளை பின்னால் நமஸ்காரம் போல சேர்க்கவும். தோளையும் முதுகையும் பின்னால் இழுக்கவும்.

★ மூச்சை இழுத்து கால்களைப் பரப்பவும். இந்த நிலையில் மூச்சை விடவும்.

★ மூச்சை இழுத்து உடலை வலது பக்கம் திருப்பவும். தலையைப் பின்னால் திருப்பவும்.

★ மூச்சை வெளிவிட்டு உடலை வளைத்து தலையை வலது முழங்கால் மீது வைக்கவும். இழுக்க இழுக்க தாடை முழங்காலைத் தாண்டி பதியும். கால்களையும் முழங்கால் மூடியையும் நன்றாக இழுக்கவும்.

★ இந்த நிலையில் அரை நிமிடம் இருக்க வேண்டும்.

★ இதே போன்று இடது பக்கமும் செய்ய வேண்டும்.

**பலன்கள்:**

இடுப்பு சதை இணைப்புகள் பலம் பெறுகின்றன. முதுகுப் பகுதியில் உள்ள இறுக்கம் தளர்ந்து சுலபமான இயக்கம் ஏற்படுகிறது.

## ப்ராசாரித பாதோத்தாசனா

ஆரம்ப நிலை

★ தடாசனாவில் நிற்கவும்.

★ மூச்சை இழுத்து கைகளை இடுப்பில் வைத்து கால்களை 4 1/2 அடி இடைவெளியில் பரப்பவும்.

★ முழங்கால் மூடிகளை இறுக்கவும். மூச்சை வெளிவிட்டு, தோளுக்கு இணையாக பாதங்களுக்கு நடுவில், உள்ளங் கைகளைத் தரை மேல் வைக்கவும்.

★ மூச்சை இழுத்து தலையைத் தூக்கவும்.

★ மூச்சை வெளிவிட்டு தலையைத் தரையில் பதிக்க வேண்டும். உடல் பளு காலில் விழ வேண்டும், தலையில் அல்ல.

இறுதி நிலை

★ இந்த நிலையில் அரை நிமிடம் இருக்க வேண்டும்.

★ மூச்சை இழுத்து நாலாம் நிலைக்கு வரவும்.

★ மூச்சை வெளிவிட்டு 2 ம் நிலை வரவும்.

★ குதித்து தடாசனாவுக்கு வரவும்.

**பலன்கள் :**

இடுப்பைச் சார்ந்த பகுதிகள் வலுவான பயிற்சி பெறுகின்றன. அதனால் இந்தப் பகுதியிலுள்ள தசைகள், நரம்புகளின் நெகிழ்தல் தன்மை அதிகரிக்கிறது. அதோடு இப்பகுதியிலுள்ள இறுக்கம் நீக்கப்படுகிறது.

# உத்கடாசனா

உத்கடா என்றால் மாபெரும் சக்தி என்று பொருள்.

★ தடாசனாவில் நின்று கைகளை மேலே தூக்கவும். உள்ளங்கைகள் சேர்ந்திருக்க வேண்டும்.

★ மூச்சை வெளிவிட்டு முழங் காலை வளைத்து உடலை கீழே கொண்டு வர வேண்டும். தொடைகள் தரைக்கு இணையாக இருக்க வேண்டும்.

★ குனியாமல் மார்பை பின்னுக்குத் தள்ளி சாதாரணமாக மூச்சு விடுங்கள்.

★ இந்த நிலையில் அரை நிமிடம் இருக்க வேண்டும்.

★ மூச்சை இழுத்து கால்களை நேராக்கி, கைகளை கீழே கொண்டு வந்து தடாசனாவுக்கு வர வேண்டும்.

**பலன்கள்:**

கால்கள் மிகவும் வலுவாகின்றன. முதுகும் நேராகிறது.

# உத்தனாசனா

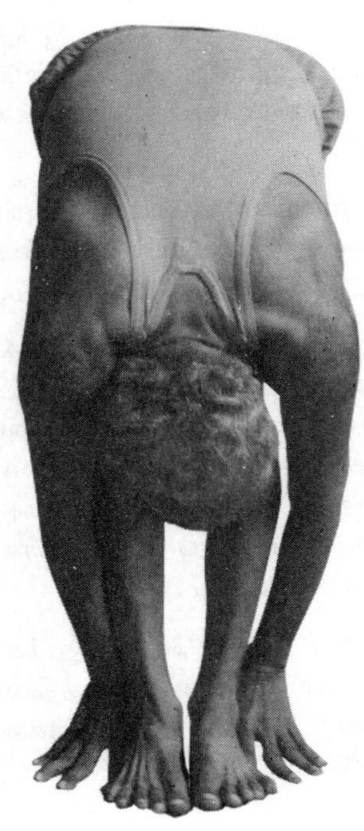

- தடாசனாவில் நிற்கவும். கால்களுக்கு இடையில் சிறிய இடைவெளி இருக்க வேண்டும்.
- மூச்சை வெளிவிட்டுக் கொண்டே குனிந்து உள்ளங்கையை பாதத்துக்கு வெளியில் தரையில் பதிக்க வேண்டும்.
- தலையை மேலே தூக்கி முதுகை நடுவில் வளைத்து இரண்டு முறை மூச்சு விடவும்.
- மூச்சை வெளிவிட்டு தலையை முழங்கால் மேல் நன்றாக பதிக்கவும். இந்த நிலையில் அரை நிமிடம் நிற்க வேண்டும்.
- மூச்சை இழுத்து தலையைத் தூக்கி தடாசனா வரவும்.

**பலன்கள்:**

கால்கள் நன்றாக நீட்டப்படுகின்றன. முதுகுப் பகுதியிலுள்ள இறுக்கம் நீக்கப்படுகிறது. தலை குனிந்த நிலையில் இருப்பதால் மூளைக்குத் தேவையான குளிர்ச்சியான சூழல் கிடைக்கிறது. இதுதான் தாய் ஆசனம். இதிலிருந்து சற்று வேறுபட்டவைதான் பாதாங்குஸ்தாசனாவும், பாதஹஸ்தாசனாவும்.

# பாதாங்குஸ்தாசனா

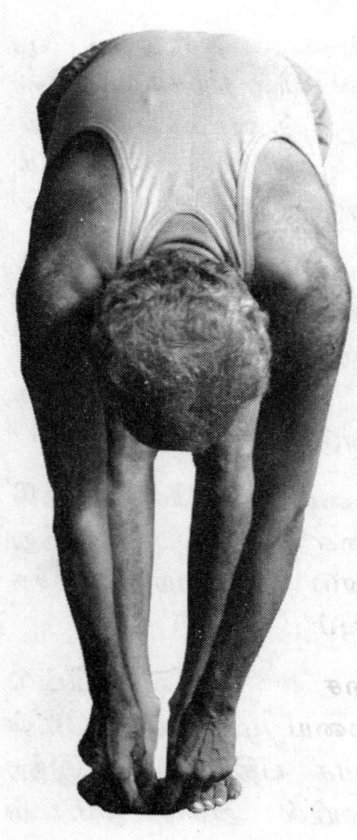

பாதா என்றால் பாதம். அங்குஸ்தா என்றால் கட்டை விரல். இந்த ஆசனாவில் நின்று கொண்டு கட்டை விரலைப் பிடிக்க வேண்டும்.

★ தடாசனாவில் நிற்கவும். கால்களுக்கு இடையில் சிறிய இடைவெளி இருக்கவேண்டும்.

★ மூச்சை வெளிவிட்டுக் கொண்டே குனிந்து கட்டை விரலை இரண்டு விரல்களால் பிடிக்க வேண்டும். உள்ளங்கை ஒன்றை ஒன்று பார்க்க வேண்டும். பிடிப்பு இறுக்கமாக இருக்க வேண்டும்.

★ தலையை மேலே தூக்க வேண்டும். முதுகை படத்தில் உள்ளது போல் வளைக்க வேண்டும்.

★ காலை நன்றாக இறுக்க வேண்டும். சாதாரணமாக மூச்சு விடுங்கள்.

★ மூச்சை வெளிவிட்டு தலையை முழங்காலில் நன்றாகப் பதிக்க வேண்டும். இந்த நிலையில் அரை நிமிடம் இருக்க வேண்டும்.

**பலன்கள்:**

கால்கள் நன்றாக நீட்டப்படுகின்றன. முதுகுப் பகுதியிலுள்ள இறுக்கம் நீக்கப்படுகிறது. தலை குனிந்த நிலையில் இருப்பதால் மூளைக்குத் தேவையான குளிர்ச்சியான சூழல் கிடைக்கிறது.

# உர்த்வ ப்ராசாரித ஏக பாதாசனா

உர்த்வ என்றால் நேர்; ப்ராசாரித என்றால் நீட்டுதல்; ஏக என்றால் ஒன்று. பாதா என்றால் பாதம். நேராக ஒரு பாதத்தை நீட்டுகிற ஆசனம்.

★ தடாசனாவில் நிற்கவும்.

★ மூச்சை வெளிவிட்டு உடலை முன்னால் வளைக்கவும். இரண்டு கைகளையும் தரையில் பதிக்கவும். வலது காலை நன்றாகப் பின்னால் நீட்ட வேண்டும்.

★ இதே போன்று வலதுபக்கமும் செய்யவேண்டும்.

**பலன்கள்:**

இந்த ஆசனாவால் கால்களில் உள்ள ஊளைச்சதை குறையும். இடுப்பும் சுருங்கி நல்ல உருவம் பெறும்.

# அர்த்த பத்த பத்மோத்தனாசனா

அர்த்த என்றால் பாதி. பத்த என்றால் கட்டுதல். பத்மா என்றால் தாமரை. உத்தனா என்பது தீவிரமான நீட்சியைக் குறிக்கும்.

★ தடாசனாவில் நிற்கவும்.

★ மூச்சை இழுத்து வலது காலைத் தரையிலிருந்து தூக்கி, வலது முழங்காலை வளைத்து பாதத்தை இடது தொடை மேல் வைக்கவும்.

★ வலது காலை இடது கையால் பிடிக்கவும்.

★ இந்த நிலையில் 30 செகண்டு இருக்கவும்.

★ மூச்சை இழுத்து தடாசனாவுக்கு வரவும்.

**பலன்கள்:**

இந்த ஆசனத்தின் மூலம், முழங்கால் பிரச்னைகளுக்கு நல்ல தீர்வு கிடைக்கும். பிற்காலத்தில் தேவைப்படும் அறுவை சிகிச்சையைத் தவிர்க்கலாம்.

# கருடாசனா

கருடா என்றால் கழுகு. கழுகு விஷ்ணுவின் வாகனம்.

★ தடாசனாவில் நிற்கவும்.

★ இடது காலை வலது தொடை மேல் முழங்காலுக்கு மேல் கொண்டு வந்து இடது தொடை யின் பின் பக்கத்தை வலது தொடைக்கு மேல் வைக்கவும்.

★ இப்போது வலது கால் மேல் உடலை பேலன்ஸ் செய்ய வேண்டும். ஆடாமல் நிற்க நீண்ட நாள் பயிற்சி தேவைப்படும்.

★ வலது முழங்கை மேலேயும் இடது முழங்கை கீழேயும் இருக்குமாறு கைகளைச் சேர்க்கவும்.

★ உள்ளங்கைகள் செங்குத்தாக தலை மேல் பதிந்து இருக்க வேண்டும். இந்த நிலையில் 1/2 நிமிடம் இருந்துவிட்டு தடாசனா வர வேண்டும்.

★ இதே போன்று இடது காலில் செய்ய வேண்டும்.

**பலன்கள்:**

இந்த ஆசனாவால் கணுக்கால்கள் பலம் பெறுகின்றன. முதுகு வலுவடைவதால் நேராக நிமிர்ந்து உட்கார முடியும் . காலில் உள்ள சுளுக்கு போய் நேராக நிற்கும் தன்மை ஏற்படும்.

## வாதாயனாசனா

வாதாயனா என்றால் குதிரை. குதிரையின் முகம் போல் இருப்பதால் இந்த ஆசனத்துக்கு இப்படிப் பெயர் சூட்டப் பட்டிருக்கிறது.

★ தரையில் உட்கார்ந்து இடது காலை வலது தொடை மேல் வைத்து அரை பத்மாசனத்துக்கு வரவும்.

★ கைகளைத் தரையில் இடுப் புக்கு அருகாமையில் வைக்க வும். மூச்சை வெளிவிட்டு உடலை மேலே தூக்கி இடது முழங்காலை தரை மீது வைக்கவும். வலது காலை மடங்கிய முழங்கால் அருகில் கொண்டு வரவும். வலது தொடை தரைக்கு இணையாக இருக்க வேண்டும்.

★ வயிற்றை முன்னுக்குத் தள்ளி இடது தொடையைத் தரைக்கு செங்குத்தாக வைக்கவும். கையைத் தூக்கி உடலை பேலன்ஸ் செய்து கொள்ளவும்.

★ முழங்கையை வளைத்து கைகளை மார்புக்கு நேரே கொண்டு வரவும். வலது முழங்கையை இடது முழங்கை மேல் கொண்டு வரவும். முன் கைகளை கட்டிப் பிணைக்கவும்.

★ இந்த நிலையில் அரை நிமிடம் இருக்கவும்.

★ கைகளை நேர் செய்து தரையில் உட்காரவும்.

★ இதே போல் இடது பக்கமும் செய்ய வேண்டும்.

**பலன்கள்:**

இடுப்பு இணைப்புகளுக்கு ரத்த ஓட்டம் அதிகரிக்கிறது. இந்தப் பகுதியிலுள்ள சாதாரண குறைகள் நிவர்த்தி ஆகும். இடுப்புப் பகுதி நீட்டிக்கப்பட்டு, இயல்பாக இயங்கும் நிலை உருவாகும்.

## சலபாசனா

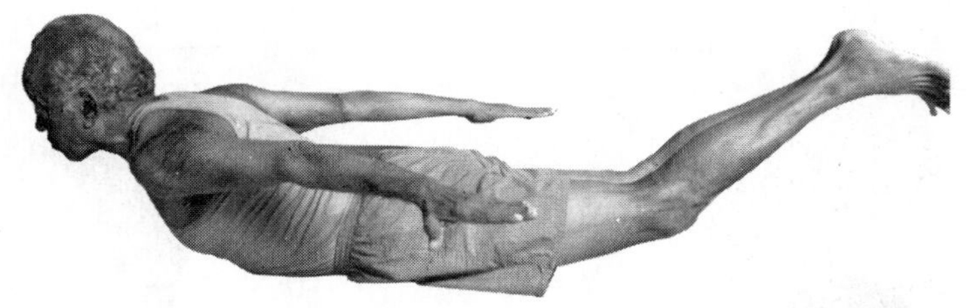

சலபா என்றால் வெட்டுக்கிளி. வெட்டுக்கிளி தரையில் உட்காருவது போல இருப்பதால் இந்த ஆசனத்தின் பெயர் சலபாசனா.

★ தரையில் நெடுஞ்சாண்கிடையாக குப்புறப்படுக்கவும். கைகளைப் பின்புறம் நன்றாக நீட்டவும்.

★ மூச்சை வெளிவிட்டு தலை, மார்பு, கால்களை ஒரே நேரத்தில் தரையிலிருந்து தூக்கவும். கைகளை மேலே தூக்கியபடி இருக்க வேண்டும். மார்பெலும்பு தரையைத் தொடக்கூடாது. வயிறின் முன் பகுதி உடலின் முழுபளுவையும் தாங்க வேண்டும்.

★ கால்களை பின்புறம் ஒன்று சேர்த்து நீட்ட வேண்டும்.

★ எவ்வளவு நேரம் முடியுமோ அவ்வளவு நேரம் இந்த நிலையில் சாதாரண மூச்சுடன் இருக்கவும்.

★ ஆரம்பத்தில் தலை, மார்பு மற்றும் கால்களை ஒன்றாக மேலே உயர்த்துவது கடினம். போகப் போக எளிதாகி விடும்.

**பலன்கள்:**

ஜீரண சக்தி அதிகமாகிறது. வாயுக்கோளாறு, உடல் மந்த நிலை ஆகியவற்றிலிருந்து நிவாரணம் கிடைக்கும். தண்டு வடத்துக்கு நல்ல பயிற்சி கிடைக்கிறது. சிறுநீர்ப்பை, ப்ராஸ்டேட் குழாய்கள் ஆகியவை ஆரோக்கியம் பெறும்.

## மகராசனா

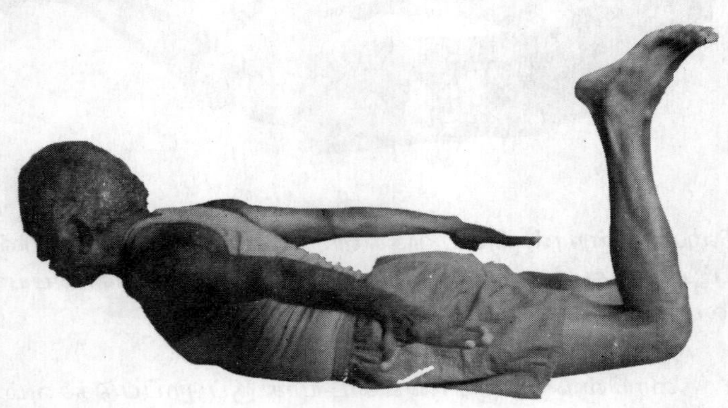

★ தரையில் நெடுஞ்சாண்கிடையாக குப்புறப்படுக்கவும். கைகளைப் பின்புறம் நன்றாக நீட்டவும்.

★ மூச்சை வெளிவிட்டு தலை, மார்பு, கால்களை ஒரே நேரத்தில் தரையிலிருந்து தூக்கவும். கைகளை மேலே தூக்கியபடி இருக்க வேண்டும்.

★ மார்பெலும்பு தரையைத் தொடக்கூடாது. வயிறின் முன் பகுதி உடலின் முழுபளுவையும் தாங்க வேண்டும்.

★ கால்களை பின்புறம் ஒன்று சேர்த்து நீட்ட வேண்டும்.

★ எவ்வளவு நேரம் முடியுமோ அவ்வளவு நேரம் இந்த நிலையில் சாதாரண மூச்சுடன் இருக்கவும்.

★ ஆரம்பத்தில் தலை, மார்பு மற்றும் கால்களை ஒன்றாக மேலே உயர்த்துவது கடினம். போகப் போக எளிதாகி விடும்.

★ இந்த முறையில் சலபாசனாவுக்கு வந்து விட்டு கால்களை செங்குத்தாக மடக்க வேண்டும் .

**பலன்கள் :**

ஜீரண சக்தி அதிகமாகிறது. வாயுக்கோளாறு, உடல் மந்த நிலை ஆகியவற்றிலிருந்து நிவாரணம் கிடைக்கும். தண்டுவடத்துக்கு நல்ல பயிற்சி கிடைக்கிறது. சிறு நீர்ப்பை, ப்ராஸ்டேட் குழாய்கள் ஆகியவை ஆரோக்கியம் பெறும்.

## தனுராசனா

தனு என்றால் வில். கைகள் வில்லின் கயிறு போல் பயன்பட்டு காலை இணைக்கிறது. ஆகவே இதன் பெயர் தனுராசனா

★ தரையில் வயிற்றின் மீது படுக்கவும். முகம் கீழ் நோக்க வேண்டும்.

★ மூச்சை வெளிவிட்டு முழங்கால்களை மடக்கவும். கைகள் மூலம் இரண்டு பாதங்களையும் பிடிக்கவும்.

- ★ மூச்சை வெளிவிட்டு மார்பையும் கால்களையும் மேலே தூக்கவும்.
- ★ தலையை நன்றாக மேலே தூக்கிப் பின்னுக்கு இழுக்கவும்.
- ★ எலும்புக்கூடு, இடுப்பு பகுதிகள் தரையைத் தொடாமல் மேலே இருக்க வேண்டும். கால்கள், முழங்கால் பகுதியில் விலகி இருக்க வேண்டும்.
- ★ இந்த நிலையில் அரை நிமிடம் இருக்கவும்.
- ★ மூச்சை வெளிவிட்டு கை கால்களை விடுவித்து முதல் நிலைக்கு வரவும்.

**பலன்கள்:**

முதுகுக்கு இந்த ஆசனம் மிகவும் நல்லது. கூன் உள்ளவர்கள் மெதுவாகப் பலன் பெறுவார்கள். தகடு தவறியவர்களும் இந்த ஆசனத்தால் பலன் அடைவர்.

# பார்ஸ்வ தனுராசனா

பார்ஸ்வ என்றால் பக்கம். தனுராசானாவை பக்கவாட்டில் எடுத்துச் செய்வதால் இதன் பெயர் பார்ஸ்வ தனுராசனா.

★ தனுராசனா வரவேண்டும்.

★ மூச்சை இழுத்து வலது பக்கம் சாய வேண்டும். கால்களையும் மார்பையும் பின்னோக்கி நன்றாக இழுக்கவும்.

★ முதலில் சொன்ன நிலைக்கு வரவும்.

★ இப்போது இடது பக்கம் சாய வேண்டும். வலது பக்கமோ, இடது பக்கமோ சாய்கையில், கால்களைப் பிடித்திருக்கும் பிடி நழுவ வாய்ப்பிருக்கிறது. மீண்டும் மீண்டும் பிடித்துப் பயிற்சி செய்ய வேண்டும்.

***பலன்கள்:***

இந்த ஆசனாவால் வயிற்றுப்பகுதியிலுள்ள எல்லா பாகங்களுக்கும் நல்ல பலம் கிடைக்கும்.

# சதுராங்க தண்டாசனா

சதுர் என்றால் நான்கு. அங்க என்றால் உறுப்பு. தண்டா என்றால் கழி. கைகள் இரண்டு, கால்கள் இரண்டு. ஆக நான்கு உறுப்புகள் உடலைக் கழிபோல தாங்குகின்றன.

- ★ தரையில் குப்புறப்படுக்கவும்.
- ★ முழங்கையை வளைத்து உள்ளங்கையை உடலின் இரண்டு பக்கத்திலும் பதித்து அழுத்தவும்.
- ★ மூச்சை வெளிவிட்டு உடலைத் தரையிலிருந்து உயர்த்தி குதிகால்களால் பேலன்ஸ் செய்யவும்.
- ★ இந்த நிலையில் அரை நிமிடம் இருந்து விட்டு உடலை தரையில் இறக்கவும்.

**பலன்கள்:**

இந்த ஆசனம் கை கால்களைப் பலப்படுத்துகிறது. வயிற்றுப் பகுதி சுருங்கி மெருகு ஏறுகிறது.

# புஜங்காசனா

புஜங்கா என்றால் பாம்பு. இந்த ஆசனா பாம்பு படம் எடுப்பது போல இருப்பதால் புஜங்காசனா.

- ★ தரையில் குப்புறப்படுக்கவும்.
- ★ கால்களை பின்னுக்கு நன்றாக நீட்டவும். முழங்காலை சேர்த்து வைக்கவும்.
- ★ கைகளை இடுப்புக்குப் பக்கத்தில் வைக்கவும்.
- ★ மூச்சை இழுத்து உள்ளங்கையைத் தரையில் பதித்து உடலை மேலே கொண்டு செல்லவும். இரண்டுமுறை மூச்சு விடவும்.
- ★ மூச்சை இழுத்து உடலை மேலே தள்ளவும். தலை நன்றாக பின் நோக்கி இருக்க வேண்டும்.
- ★ சாதாரண மூச்சுடன் 20 நிமிடங்கள் இந்த நிலையில் இருக்கவும்.

★ மூச்சை வெளிவிட்டு முழங்கையை வளைத்து தரையில் குப்புறப்படுக்கவும்.

**பலன்கள்:**

தண்டுவடம் பலம் பெறுகிறது. மார்பு விரிவடைகிறது. கைகள் பலமடைகின்றன.

## அதோமுகஸ்வனாசனா

அதோமுக என்றால் முகம் கீழ் நோக்குதல். ஸ்வனா என்றால் நாய்.

★ தரையில் குப்புறப்படுக்கவும். கால்கள் ஒரு அடி இடைவெளியில் பிரிந்து இருக்க வேண்டும்.

★ உள்ளங்கை இடுப்புக்குப் பக்கத்தில் இருக்க வேண்டும்.

★ மூச்சை வெளிவிட்டு உடலைத் தரையிலிருந்து தூக்கி, கைகளை நீட்டிக்க வேண்டும். உடலும் கால்களும் முக்கோண அமைப்பில் இருக்க வேண்டும். தலை,

தரையைத் தொட வேண்டும். பாதம் தரையில் பதிய வேண்டும். கைகள் மடங்கக் கூடாது.

★ இந்த நிலையில் 1 நிமிடம் சாதாரண மூச்சில் இருக்க வேண்டும்.

**பலன்கள்:**

சோர்வு அடையும் போது இந்த ஆசனத்தைச் செய்தால், உடல் சக்தி பெறுகிறது. ஓடுகின்ற வீரர்களுக்கு இந்த ஆசனம் ஒரு வரப்பிரசாதம். 100 மீட்டர் ஓடும் வீரர்களும் இதனால் அதிக வேகம் பெறுவார்கள். கால்கள் பளு குறைந்து தக்கையாக மாறும். ஓடும் போது பறக்கிற தன்மை வரும். முதுகுப்பட்டைகள் விரிவடைந்து நீட்சி பெறும்.

இதயத்துடிப்பு குறைந்து உடலுக்கு ஓய்வு கிடைக்கிறது. மன உளைச்சல் உள்ளவர்கள் இந்த ஆசனத்தால் நிம்மதி பெறுவார்கள். அமைதியாக நீண்ட நேரம் இந்த ஆசனத்தில் பயிற்சி செய்ய வேண்டும். இந்த ஆசனம் உடலுக்கு தியானம் என்று கூட சொல்லலாம்.

## தண்டாசனா

தண்டா என்றால் கழி. கழி போல் கால்கள், மார்பு, கைகள் நேராக இருக்க வேண்டும்.

★ தரையில் உட்கார்ந்து காலை நீட்ட வேண்டும்.

★ மார்பு மேல் நோக்கி இருக்க வேண்டும்.

★ வயிறு உள்புறமாகச் சுருங்க வேண்டும்.

★ கைகளை இடுப்புக்கு அருகில் விறைப்பாக வைத்து தரையின் மீது அழுத்த வேண்டும்.உடலை மேலே உயர்த்த வேண்டும்.

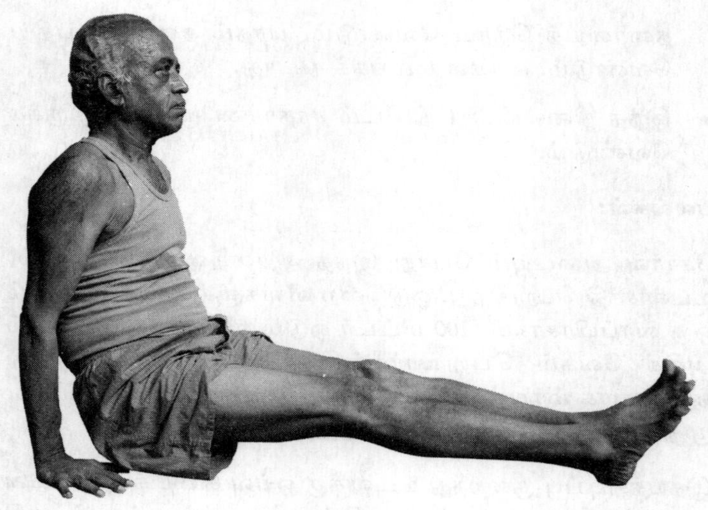

★ சாதாரண மூச்சில் அரை நிமிடம் இருக்க வேண்டும்.

**பலன்கள்:**

கால்கள், மார்பு, கைகள் நீட்சி பெற்று நேராகின்றன. மூச்சு ஆழமாகிறது.

## அர்த்த நவாசனா

அர்த்தா என்றால் பாதி, நவா என்றால் கப்பல். ஆகவே இந்தப் பெயர்.

★ தரையில் உட்காரவும். முன்னால் காலை நீட்டவும். இது தண்டாசனா. கைகளை இடுப்புக்கு அருகில் வைக்கவும்.

★ விரல்களைக் கோர்த்து தலைக்குப் பின்புறம் வைக்கவும்.

★ மூச்சை வெளிவிட்டு உடலைப் பின்னால் தள்ளி கால்களை தரையிலிருந்து தூக்கவும்.

★ உடல், புட்டத்தால் பேலன்ஸ் செய்யப்பட வேண்டும்.

★ கால்கள் தரையிலிருந்து 30 அல்லது 35 டிகிரியில் இருக்க வேண்டும். தலையும் பாதமும் ஒரே மட்டத்தில் இருக்க வேண்டும்.

★ இந்த நிலையில் ஒரு நிமிடம் இருக்கவும். மூச்சை நீட்டிக்காமல் அதிகப்படுத்தாமல் சீரான இடைவெளியில் மூச்சு விட வேண்டும்.

**பலன்கள்:**

அர்த்த நவாசனாவால் கல்லீரல், பித்தப்பை, மண்ணீரல் ஆகியவை பயிற்சி பெறுகின்றன. முதுகுப் பிரச்னை முழுமை யாக தீரும். ஆரம்பத்தில் உடலை பேலன்ஸ் செய்வது கடினமாகத்தான் இருக்கும். தொடர்ந்து பயிற்சி செய்தால் பழகிவிடும்.

# கோமுகாசனா

கோ என்றால் பசு. முக என்றால் முகம். பசுவின் முகம் போல் இருப்பதால் இந்தப் பெயர் வந்துள்ளது.

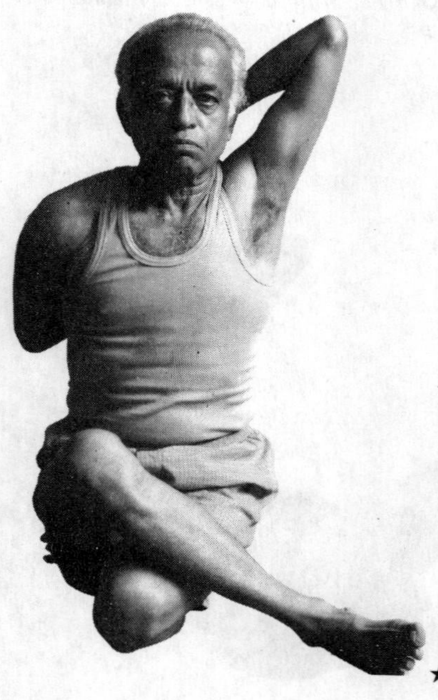

★ கால்களை நன்கு நீட்டி உட்காரவும்.

★ முதுகு நிமிர்ந்த நிலையில் இருக்க வேண்டும். பிறகு, இடது முழங்காலை பின்னால் வளைத்து, வலது புட்டத்தின் கீழ் வைத்து, அதன் மேல் உட்காரவும்.

★ கைகளை மேலே தூக்கி வலது காலை இடது தொடைக்கு மேலே வைக்கவும். வலது கையைத் தலைக்கு மேல் தூக்கி முதுகுப் பக்கம் வளைக்கவும்.

★ உள்ளங்கை கழுத்துக்கு கீழ்ப்புறம் வர வேண்டும்.

★ இடது கையையும் பின் பக்கம் மடித்து, இடது கை விரல்களோடு வலது கை விரல்களைப் பூட்ட வேண்டும்.

★ இந்த நிலையில் அரை நிமிடம் இருக்க வேண்டும். தலையையும் கழுத்தையும் சாய்க்காமல் நேராக வைத்து, நேராகப் பார்க்க வேண்டும்.

★ கை பூட்டை விலக்கி தண்டாசனா வரவும்.

**பலன்கள்:**

கால் சுளுக்கு இருந்தால் குணமடையும். மார்பு விரிவடைகிறது. கூனல் முதுகு நேராகிறது. தோள் இணைப்புகள் சுதந்திரமாக இயங்கும்.

## லோலாசனா

லோலா என்றால் முன்னும் பின்னும் ஆடுதல். கைகள் மீது உடலை பேலன்ஸ் செய்து ஆட வேண்டும்.

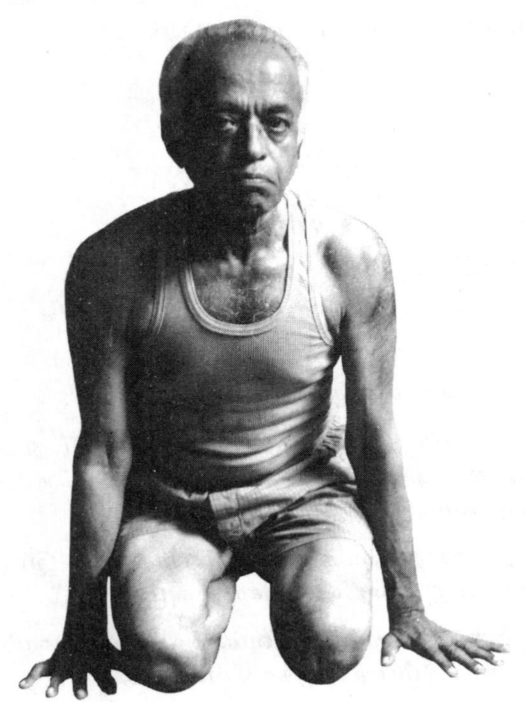

- ★ தரையில் உட்கார்ந்து காலை நீட்டவும்.
- ★ கைகளைப் பக்கவாட்டில் இடுப்பின் அருகில் வைக்கவும்.
- ★ தரையிலிருந்து எழுந்து இடது பாதத்தை வலது புட்டத்தின் கீழ் வைக்கவும்.
- ★ கால்கள் இரண்டும் பின்னிப் பிணைந்து இருக்க வேண்டும்.
- ★ சிறிது நேரம் மூச்சு விட்ட பிறகு உடலை கைகள் மீது பேலன்ஸ் செய்து முன்னும் பின்னும் ஆடவேண்டும்.
- ★ இதேபோல் வலது பாதத்தை இடது புட்டத்தின் கீழ் வைத்தும் செய்ய வேண்டும்.

**பலன்கள்:**

கைகளும் மணிக்கட்டுகளும் பலமடைகின்றன. முதுகு மற்றும் வயிற்றுப்பகுதியில் இருக்கும் சதைகள் வலுவாகின்றன. கால்தசைகளும் பலப்படுகின்றன.

## சித்தாசனா

- ★ தரையில் உட்கார்ந்து கால்களை நீட்டவும்.
- ★ இடது காலை முழங்காலில் மடக்கவும். இடது பாதத்தை கையால் பிடித்து வலது காலின் தொடைக்கு இடையே சொருகவும்.
- ★ வலது காலை மடக்கி வலது பாதத்தை இடது கால் தொடைக்கு இடையில் சொருகவும்.
- ★ கைகளை முன்னால் நீட்டவும். அவை முழங்கால்கள் மீது லேசாகப்படும்படி இருக்க வேண்டும்.

★ கட்டை விரலையும், சுண்டு விரலையும் வளைத்து ஞானமுத்ரா வரவேண்டும்.

★ படத்தில் இருப்பது போல் மட்டும் இன்றி, வலதுகால் மேற்புறம் இருக்குமாறும், இடதுகால் கீழ்ப்புறம் இருக்குமாறும் செய்யலாம்.

**பலன்கள்:**

சித்தாசனாவால் கூனல் இல்லாமல் நிமிர்ந்து உட்கார பழகலாம். மனம் ஒரு நிலைப்படுகிறது. இந்த ஆசனாவில் நிகழ்வது தியானம். ஆசனமும் தியானமும் இணைவதால், மனம்-உடல் ஒருங்கிணைப்பு நன்றாக ஏற்படுகிறது. ரிலாக்ஸ் செய்வது பற்றி தற்போது நிறைய பேசப்படுகிறது. இந்த ஆசனாவின் மூலம் உடலையும், மனத்தையும் நன்கு ரிலாக்ஸ் செய்யலாம். சித்தாசனாவில் பத்து அல்லது பதினைந்து நிமிடம் இருந்தால் நல்ல பலன் கிடைக்கும்.

## வீராசனா

வீரா என்றால் வீரன். இந்த ஆசனா செய்தால் தைரியமும், துணிவும் ஏற்படும்.

★ தரையில் மண்டியிட்டு உட்கார வேண்டும். முழங்காலை சேர்த்து வைத்துக்கொள்ளவும்.

★ பின்புறத்தைத் தரையின் மீது பதிக்கவும். கால்களை தொடைகளுக்கு வெளியே கொண்டு வரவேண்டும்.

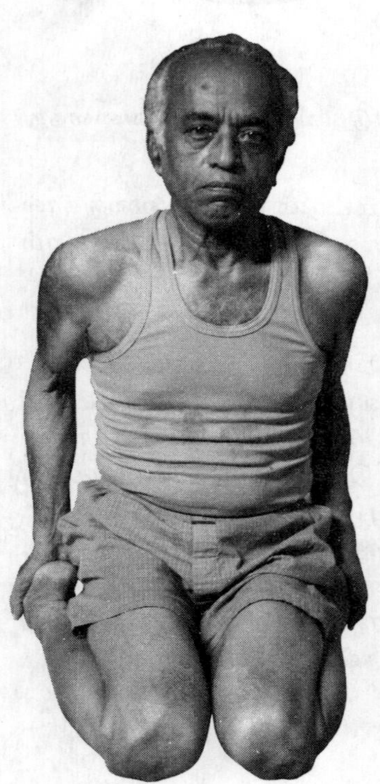

★ உள்ளங்கைகளை பாதங்களின் மேல் பதிக்க வேண்டும்.

★ இந்த நிலையில் சாதாரண மூச்சுடன் அரை நிமிடம் இருக்க வேண்டும்.

**பலன்கள்:**

மூட்டு வலிகள் இதனால் நீங்கும். Flat feet எனப்படும் தட்டைப் பாதம் குணமாகும். பாதத்தில் உள்ள பித்த வெடிப்பு நாளடைவில் சரியாகும். இந்த ஆசனாவை சாப்பிட்ட பிறகும் செய்யலாம். வயிற்றின் கனம் குறைந்து லேசான உணர்வு கிடைக்கும்.

# சுப்த வீராசனா

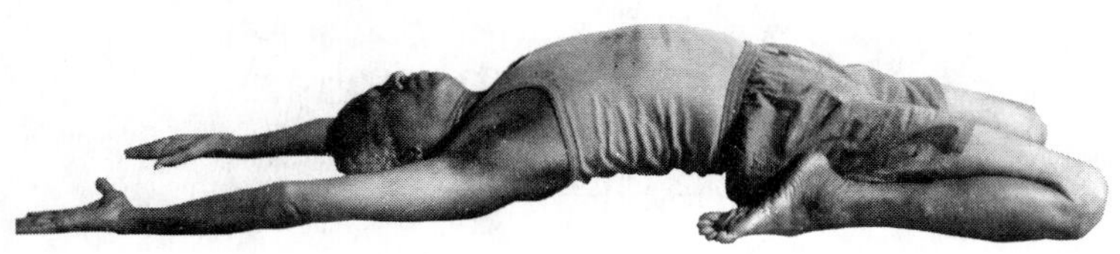

சுப்த என்றால் படுத்தல். வீராசனாவில் படுப்பதால் இந்தப் பெயர்.

★ தரையில் மண்டியிட்டு உட்கார வேண்டும். முழங்காலை சேர்த்து வைத்துக்கொண்டு, கால்களை ஒன்றரை அடி இடைவெளியில் பரப்ப வேண்டும்.

★ பின்புறத்தைத் தரையின் மீது பதிக்கவும். கால்களை தொடைகளுக்கு வெளியே கொண்டு வரவேண்டும்.

★ உள்ளங்கைகளை பாதங்களின் மேல் பதிக்க வேண்டும்.

★ இந்த முறையில் வீராசனா வந்த பிறகு மூச்சை வெளிவிட்டு மல்லாக்கப் படுக்க வேண்டும்.

★ உள்ளங்கை மேல் நோக்கி இருக்குமாறு கைகளைத் தலைக்குப் பின்னால் நீட்ட வேண்டும்.

**பலன்கள்:**

வயிற்றுப்பகுதி உறுப்புகளுக்கு நல்ல பயிற்சி கிடைக்கிறது. விளையாட்டு வீரர்கள் இந்த ஆசனப் பயிற்சி செய்தால் கால்களில் ஏற்படும் சோர்வும் வலியும் நீங்கும். சாப்பிட்ட பிறகு சுப்த வீராசனாவை செய்து விட்டு தூங்கினால் கால்களுக்கு ஓய்வு கிடைக்கும்.

# பர்யங்காசனா

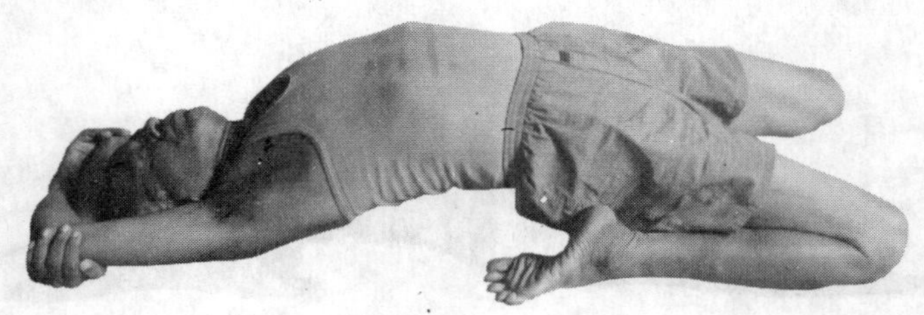

பர்யங்கா என்றால் சோபா. இந்த ஆசனத்தின் தோற்றம் சோபா போல் இருப்பதால் இந்தப் பெயர்.

★ வீராசானாவில் உட்காரவும்.

★ மூச்சை வெளிவிட்டுப் படுக்கவும். கழுத்தையும் மார்பையும் மேலே தூக்கவும். முதுகை வளைத்து தலையை பேலன்ஸ் செய்யவும். தலையைத் தவிர உடலின் எந்தப் பகுதியும் தரையில் படக்கூடாது.

★ கைகளை முழங்கையில் மடக்கி வலது கையால் இடது கையின் மேல் பகுதியைத் தொடவும். அது போன்று இடது கையால் வலது கையின் மேல் பகுதியைத் தொடவும். மடக்கிய கைகளைத் தலைக்குப் பின்னால் தரையில் வைக்கவும். இந்த நிலையில அரை நிமிடம் இருக்கவும்.

★ மூச்சை இழுத்து கழுத்து மற்றும் உடம்பைத் தரையில் வைத்து கைகளைப் பிரித்து வீராசனா வரவும். கால்களை நீட்டி தரையில் படுத்து ரிலாக்ஸ் ஆகவும்.

**பலன்கள்:**

கழுத்துச் சதைகள் நன்கு விரிவடைகின்றன. நுரையீரல் நன்றாக விரிவடைகிறது. தைராய்டு, பாராதைராய்டு ஆகியவை தூண்டப்படுகின்றன. வீராசனாவையும், சுப்த வீராசனாவையும் சாப்பிட்ட பிறகு செய்யலாம். பர்யங்காசனாவை சாப்பிட்டவுடன் செய்யக்கூடாது.

## பேகாசனா

பேகா என்றால் தவளை. இந்த ஆசனாவின் தோற்றம் தவளை போல் இருப்பதால் இந்தப் பெயர்.

- ★ வயிற்றின் மீது நெடுஞ்சாண்கிடையாகப் படுக்கவும். முகம் கீழ் நோக்கி இருக்க வேண்டும். கைகளை பின்னே நீட்டவும்.
- ★ மூச்சை வெளிவிட்டு முழங்காலை மடக்கி குதிகாலை இடுப்புக்குப் பக்கத்தில் கொண்டு வரவும். உள்ளங்கைகளை கால்விரல்கள் மேல் பதிக்கவும். மூச்சை வெளிவிட்டு உடலையும் தலையையும் உயர்த்தி, மேலே பார்க்கவும்.
- ★ உள்ளங்கைகளால் கால்விரல்களை நன்றாக அழுத்த வேண்டும். மணிக்கட்டிலிருந்து முழங்கை வரை செங்குத்தாக இருக்க வேண்டும். போகப்போக குதிகால் தரையைத் தொடும் நிலை வரும்.
- ★ இந்த நிலையில் அரை நிமிடம் இருக்க வேண்டும். மூச்சை வெளிவிட்டு ஆரம்பநிலை வர வேண்டும்.

**பலன்கள்:**

வயிற்றுப்பகுதி உறுப்புகளுக்கு நல்ல பயிற்சி கிடைக்கிறது. முழங்கால்கள் பலம் பெறுகின்றன. மூட்டுவலி நீங்கும். தட்டைப் பாதம் உள்ளவர்கள் நிவாரணம் பெறுவர். குதிகால் சுளுக்கும் வலியும் நீங்கிவிடும். பாதங்கள் பொலிவு பெறும்.

# பத்மாசனா

பத்மா என்றால் தாமரை. இந்த ஆசனம் தியானத்துக்கு சிறந்தது. ஹதயோக ப்ரதிபிகா இந்த ஆசனத்தின் முக்கியத்துவம் குறித்துச் சொல்கிறது. பத்மாசனத்தில் உள்ளங்கைகளை ஒன்றன் மேல் ஒன்றை வைத்து உட்காரும் போது ஏராளமான சக்தி பிறக்கிறது.

★ தரையில் உட்கார்ந்து கால்களை நீட்டவும்.

★ வலது காலை முழங்காலில் மடக்கி கையால் பிடித்து இடது தொடைக்கு நடுவில் வைக்கவும். வலது பாதம் தொப்புளுக்கு கீழே இருக்க வேண்டும்.

★ இடது காலை வளைத்து வலது கால் மேல் வைக்கவும். உள்ளங்கால் மேல் நோக்க வேண்டும்.

★ தரையில் உட்கார்ந்து பழக்கப்படாதவர்களுக்கு முழங்கால் விறைப்பாக இருக்கும். ஆரம்பத்தில் வலி

தாங்க முடியாது. தொடர்ந்து பயிற்சி செய்து வலியைக் குறைக்க வேண்டும்.

★ பின் கழுத்திலிருந்து தண்டுவடம் வரை நேராக உட்கார வேண்டும். கைகளை முன்னால் நீட்டலாம். அல்லது உள்ளங்கைகளை ஒன்றன் மேல் வைக்கலாம்.

★ அரை நிமிடம் இருந்துவிட்டு கால்களை மாற்றிச் செய்ய வேண்டும்.

***பலன்கள்:***

ஆரம்பத்தில் ஏற்படக்கூடிய வலிகளை கடந்து விட்டால் மன அமைதிக்கு உகந்த ஆசனம் இது. இதில் உட்கார்ந்து கண்களை மூடியவுடன் தியானம் தானாக ஏற்படும். மனம் ஒரு நிலை அடையும். உடலுக்கும் நல்ல பலன்கள் கிடைக்கும். முழங்கால், கணுக்கால், வயிற்றுப்பகுதி உறுப்புகள் சுமுகமான நிலை பெறும். உடல்-மன அமைதிக்கு இந்த ஆசனம் பெரிதும் உதவும்.

## சன்முகிமுத்ரா

சன் என்றால் ஆறு. கண், மூக்கு, காதுகளை மூடி புலன்களை மறைப்பதால் இந்தப் பெயர்.

★ பத்மாசனாவில் உட்காரசன்முகிமுத்ராவும். முதுகை நேராக வைக்கவும். தலை அசையாமல் இருக்க வேண்டும்.

★ கைகளை கண்களின் அருகாமையில் கொண்டு வரவும். முழங்கைகளை தோள்மட்டத்துக்குக் கொண்டு வரவும். கட்டைவிரல்களை காது மேல் வைக்கவும்.

★ கண்களை மூட வேண்டும். மீதமுள்ள எட்டு விரல்கள்: நான்கு கண்களுக்கு, இரண்டு மூக்குக்கு, இரண்டு வாய்க்கு என்ற கணக்கில் இருபுறமும் சமமாக இருக்க வேண்டும்.

★ காதுகள் மற்றும் கண்களுக்கு லேசாக, சமமாக அழுத்தம் கொடுக்க வேண்டும்.

★ மூக்குத்துவாரத்தை லேசாகக் தொட்டு சீரான மூச்சுக்கு வழி செய்ய வேண்டும்.

★ இரண்டு விரல்கள் உதடுகள் மேல் இருக்க வேண்டும்.

★ இந்த நிலையில் எவ்வளவு நேரம் வேண்டுமானாலும் இருக்கலாம். அதிக நேரம் இருந்தால் அதிக பலன்.

**பலன்கள்:**

புலன்கள் கூர்மை பெறுகின்றன. மூச்சு சீரடைகிறது. மனம் அலைபாயாமல் கட்டுப்படுவதால் அமைதி கிடைக்கிறது. மெல்ல மெல்ல மனம் குவாண்டம் மட்டத்துக்கு செல்ல ஆரம்பிக்கிறது. இங்கேதான் படைப்புத்திறன் குவிந்து கிடக்கிறது. இது வெறும் ஆசனா மட்டுமல்ல, பிராணாயாமம், தியானம் ஆகியவற்றையும் இதன் மூலம் செய்ய முடிகிறது. முழுமையான உடல்-மன அமைதி கிடைக்கிறது.

# பர்வதாசனா

பர்வதா என்றால் மலை.

★ பத்மாசனாவில் உட்காரவும்.

★ கைகளைக் கோர்த்து தலைமேலே நேராக நீட்டவும். மோவாய் மார்பின் மீது பதியுமாறு தலையைக் குனிந்து கொள்ள வேண்டும்.

★ கைகளை நன்றாக நீட்டவும். உள்ளங்கைகள் மேல் நோக்கி இருக்க வேண்டும்.

★ இந்த நிலையில் ஒரு நிமிடம் சாதாரண மூச்சில் இருக்க வேண்டும். மறுபக்கத்திலும் கால்களை மாற்றி இதே போல் செய்ய வேண்டும்.

**பலன்கள்:**

மூட்டு வலி உள்ளவர்கள் அலோபதி மருத்துவத்தின் பக்கம் செல்லாமல் இந்த ஆசனம் மூலம் நிவாரணம் பெறலாம். ஆனால் நீண்ட காலத்துக்குப் பயிற்சி தேவை.

# தோலாசனா

தோலா என்றால் தராசு.

- ★ பத்மாசனாவில் உட்காரவும்.
- ★ கைகளை இடுப்புக்குப் பக்கத்தில் வைக்கவும். மூச்சை வெளிவிட்டு தரையிலிருந்து மேலே இருக்கும் வகையில் உடலைத் தூக்கவும்.
- ★ கைகள் நேராக விறைப்பாக இருக்க வேண்டும்.
- ★ எவ்வளவு நேரம் பேலன்ஸ் செய்ய முடியுமோ அவ்வளவு நேரம் இதைச் செய்யலாம்.
- ★ உடலைத் தரை இறக்க வேண்டும். மேலே சொன்னபடி கால்கள் மாற்றிச் செய்ய வேண்டும்.

**பலன்கள்:**

மணிக்கட்டு, கைகள், வயிற்றுப்பகுதி உறுப்புகள் பலன் பெறுகின்றன. குறிப்பாக மணிக்கட்டுகள் வலுவாகின்றன. ஏனென்றால் உடலின் முழுப்பளுவும் மணிக்கட்டின் மேல் பேலன்ஸ் செய்யப்படுகிறது.

## சிம்ஹாசனா – 1

சிம்ஹம் என்றால் சிங்கம். இதில் இரண்டு விதங்கள் உள்ளன.

- ★ தரையில் உட்கார்ந்து காலை முன்னால் நீட்டவும்.
- ★ பின்புறத்தை உயர்த்தி வலது முழங்காலை மடக்கி வலது காலை, இடது புட்டத்தின் கீழ் வைக்கவும். பிறகு இடது முழங்காலை வளைத்து இடது காலை வலது புட்டத்தின் கீழ் வைக்கவும். இடது குதிகால், வலது குதிகால் ஆகியவை தரையைத் தொட வேண்டும்.
- ★ கால்களின் மேல் உட்காரவும். உடலின் பளு, தொடை மற்றும் முழங்காலின் மேல் விழ வேண்டும்.
- ★ உடலை முன் கொண்டு வந்து முதுகை நேராக வைக்கவும்.
- ★ கைகளை நேராக்கவும். விரல்களைப் பிரிக்கவும். உள்ளங்கை கீழ் நோக்கி இருக்க வேண்டும்.
- ★ உடலை முன் கொண்டு வந்து முதுகை நேராக வைக்கவும்.
- ★ வலது உள்ளங்கை, வலது கால், இடது உள்ளங்கை, இடது கால், கைகளை நேராக்கவும். விரல்களைப் பிரிக்கவும். உள்ளங்கை கீழ் நோக்கி இருக்க வேண்டும்.

★ வாயைத்திறந்து நாக்கை முழுவதும் வெளியே நீட்டவும்.

★ புருவங்களின் மையத்தைப் பார்க்கவும். இந்த நிலையில் அரை நிமிடம் இருக்க வேண்டும்.

★ இதே முறையை கால்களை மாற்றிச் செய்ய வேண்டும்.

**பலன்கள்:**

இந்த ஆசனாவால் வாய் நாற்றம் நீங்குகிறது. திக்குவாயும் நாளடைவில் குணமாகும். மூன்று பந்தாக்கள் செய்ய உதவுகிறது.

## சிம்ஹாசனா – 2

- ★ பத்மாசனாவில் உட்காரவும்.
- ★ உள்ளங்கை தரை மேல் படும்படி, கைகளை முன்னால் நீட்டவும். விரல்கள் முன்னால் பார்க்க வேண்டும்.
- ★ முழங்கால்கள் மேல் நிற்க வேண்டும்.
- ★ முதுகை முன்னோக்கி நீட்டிக்க வேண்டும். இப்போது உடல் பளு, முழங்கால் மற்றும் உள்ளங்கைகள் மேல் விழுகிறது. வாயைத் திறந்து நாக்கை வெளியே நீட்டவும்.

★ புருவங்கள் மத்தியில் பார்க்க வேண்டும். வாயால் சுவாசிக்க வேண்டும்.

★ இதே போல் காலை மாற்றி செய்ய வேண்டும்.

**பலன்கள்:**

இந்த ஆசனா கல்லீரலுக்கு நல்ல பயிற்சியை அளிக்கிறது. நாக்கு சுத்தமாகி பேச்சு தெளிவு பெறுகிறது. திக்குவாய் உள்ளவர்களுக்கு கணிசமான பலன் உண்டு.

## மத்ஸ்யாசனா

★ பத்மாசனாவில் உட்காரவும்.

★ பின்னால் படுக்க வேண்டும். 3 மூச்சை வெளிவிட்டு முதுகை வளைத்து மார்பு மேல் நோக்கி இருக்க வேண்டும். இதே நிலையில் உடலை பேலன்ஸ் செய்ய வேண்டும்.

★ இப்போது கைகளை பின்னால் நீட்டவும்.

★ பிறகு தலையின் பின்னால் கைகளை மடக்கி அரைநிமிடம் இருக்க வேண்டும்.

★ இதே போல் கால்களை மாற்றி செய்ய வேண்டும்.

**பலன்கள்:**

மார்பு நன்றாக விரிவடைகிறது. முதுகுப்புறத்தைச் சார்ந்த டார்சல் பகுதி பயிற்சி பெறுகிறது. தைராய்டு சுரப்பிகள் நன்றாக வேலை செய்யத் தொடங்கும்.

## மஹா முத்ரா

மஹா என்றால் பெரிய அல்லது உயர்ந்த. முத்ரா என்றால் மூடுதல். இந்த ஆசனத்தில் உடலின் மேல்பகுதியும் கீழ்ப்பகுதியும் மூடப்படுகின்றன.

★ தரையில் உட்கார்ந்து கால்களை நீட்டவும்.

★ இடது முழங்காலை வளைத்து வலது தொடைக்கு அருகே கொண்டு வர வேண்டும். இடது காலும் வலது காலும் 90 டிகிரி கோணத்தில் இருக்க வேண்டும்.

★ கைகளை முன்னால் நீட்டி இரண்டு கைவிரல்களாலும் வலது கால் கட்டை விரலை கெட்டியாகப் பிடிக்கவும்.

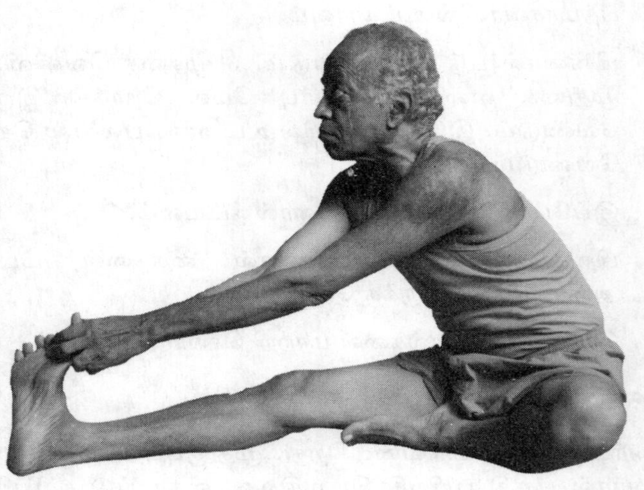

- ★ தலையை வளைத்து மார்பை தாடை தொடும்படி வரவும்.
- ★ முதுகை நேராக வைக்கவும்.
- ★ மூச்சை முழுக்க இழுக்கவும். வயிற்றுப்பகுதியைச் சுருக்கி உள்ளுக்குள் நன்றாக இழுக்கவும்.
- ★ சிறிது நேரம் கழித்து ரிலாக்ஸ் ஆகி மூச்சை வெளிவிட்டு மறுபடியும் இழுக்கவும். மேற்சொன்னபடி வயிற்றுப் பகுதியைத் தீவிரமாக இறுக்கவும். இந்நிலையில் ஒன்றிலிருந்து மூன்று நிமிடம் வரை இருக்க வேண்டும்.
- ★ ரிலாக்ஸ் ஆகி அடுத்த பக்கமும் இதே போல் செய்யவும்.

**பலன்கள்:**

வயிற்றுப்பகுதி உறுப்புகள், சிறுநீரகங்கள், அட்ரினல் சுரப்பிகள் பயிற்சி பெறுகின்றன. கருப்பைப் பிதுக்கம் (Prolapsed womb) உள்ள பெரியவர்களுக்கு கர்ப்பப்பை இருக்க வேண்டிய இடத்துக்கு வருகிறது. புராஸ்டேட் சுரப்பி விரிவடைந்த பிரச்னை உள்ள ஆண்களுக்கும் இந்த ஆசனம் பலன் கொடுக்கும்.

# ஜானு சிரசாசனா

ஜானு என்றால் முழங்கால். தலை முழங்காலைத் தொடுவதால் இந்தப் பெயர்.

- ★ தரையில் உட்கார்ந்து கால்களை நீட்டவும்.
- ★ இடது முழங்காலை மடக்கி வலது தொடைக்கு அருகில் கொண்டு வர வேண்டும்.
- ★ கைகளை முன்னால் நீட்டி வலது கால் கட்டை விரலை பிடிக்கவும்.
- ★ வலது காலை நன்றாகச் சுருக்கமில்லாமல் நீட்டவும்.
- ★ மூச்சை வெளிவிட்டு தலையால் முழங்காலைத் தொட வேண்டும். முதுகை நன்றாக நீட்டிக்க வேண்டும்.
- ★ ஆழ்ந்த மெதுவான மூச்சுடன் ஒரு நிமிடம் வரை இருக்க வேண்டும்.
- ★ இதே போன்று அடுத்த பக்கமும் செய்ய வேண்டும்.

**பலன்கள்:**

இந்த ஆசனா கல்லீரல், மண்ணீரல் ஆகியவற்றைத் துல்லியமாக வேலை செய்ய வைக்கிறது. ஆகவே ஜீரண சக்தி அதிகரிக்கிறது. சிறுநீரகமும் நன்றாக வேலை செய்யும். புராஸ்டேட் விரிவடைந்த (prostate expansion) பிரச்னைக்கு இது நல்ல ஆசனா.

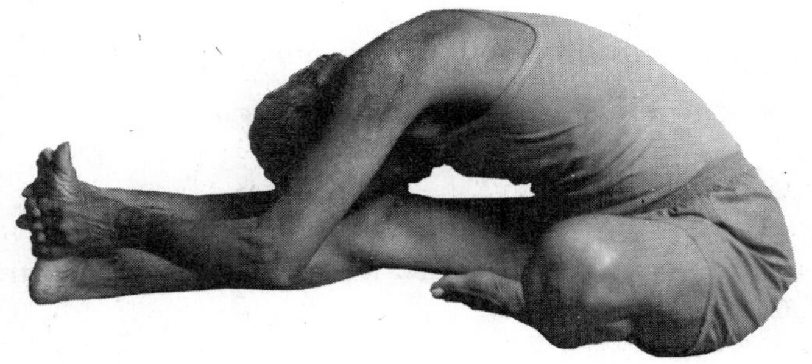

# பரிவ்ரத ஜானு சிரசாசனா

பரிவ்ரத என்றால் திரும்புதல். தலையைத் திருப்பி வைப்பதால் இந்தப் பெயர்.

- ★ தரையில் உட்கார்ந்து கால்களை நீட்டவும்.
- ★ இடது முழங்காலை மடக்கி வலது தொடைக்கு அருகே கொண்டு வரவேண்டும். தொடையும், காலும் தரையில் நன்றாகப் பதிய வேண்டும். வலது காலை நீட்ட வேண்டும்.
- ★ உடலை வலது பக்கம் வளைக்கவும்.
- ★ வலது கையை நீட்டி காலைப் பிடிக்கவும்.
- ★ உடலைப் பின்னுக்குத் தள்ளவும்.
- ★ நன்றாகக் குனிந்து தலையை மேலே பார்த்தவண்ணம் வலது காலின் மேல் உடலைப் பதிக்க முயற்சி செய்ய வேண்டும்.

★ இதே போல் இன்னொரு பக்கமும் செய்ய வேண்டும்.

**பலன்கள்:**

ஜானு சிரசாசனா போல் இரட்டிப்பு பலன்கள் இந்த ஆசனாவில் கிடைக்கின்றன. ஜானு சிரசாசனாவில் வயிற்றுப் பகுதி உறுப்புகள் சுருங்குகின்றன. இந்த ஆசனாவால் இரண்டு பக்கமும் நன்றாக விரிவடைகின்றன.

## அர்த்த பத்த பத்ம பஸ்சிமோத்தனாசனா

அர்த்த என்றால் அரை. பத்த என்றால் கட்டுதல். ஆகவே இந்தப் பெயர்.

★ தரையில் உட்கார்ந்து காலை நீட்டவும்.

★ வலது காலை முழங்காலில் வளைத்து, வலது காலை இடது தொடை மேல் வைக்கவும். இது அரை பத்மாசனம்.

★ இடது கையை நன்றாக நீட்டி இடது காலைப் பிடிக்கவும்.

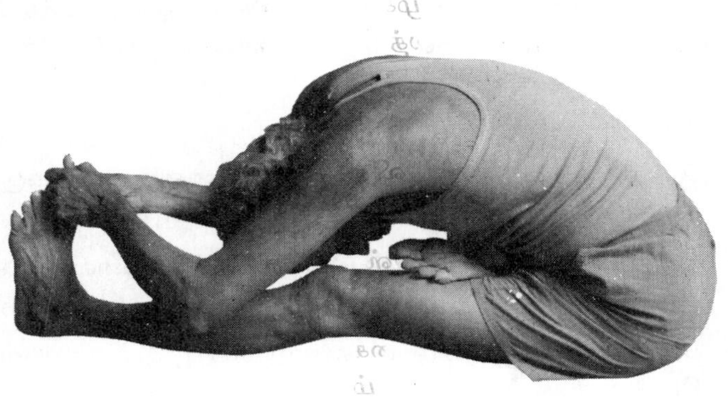

★ மூச்சை இழுத்து முதுகைப் பின்னுக்குத் தள்ளி மேலே பார்க்கவும்.

★ மூச்சை வெளிவிட்டு முகத்தால் முழங்காலைத் தொடவும்.

★ இடது காலை ஒரு கையாலோ இரண்டு கைகளாலோ பிடிக்கலாம்.

★ இதே போல் இன்னொரு பக்கத்திலும் செய்ய வேண்டும்.

**பலன்கள்:**

வயிற்றுப்பகுதி உறுப்புகள் தீவிரமான நீட்சி (stretch) பெறுகின்றன. குறிப்பாக, வயிறின் நடுப்பகுதி நன்றாக வேலை செய்யும். ரத்த ஓட்டம் அதிகரித்து அந்தப் பகுதி உறுப்புகள் புத்துணர்ச்சி பெறும். ஆனால் அதற்கு நீண்ட நாள் பயிற்சி தேவை.இது கடினமான ஆசனம் என்றாலும் இரட்டிப்புப் பலன் தரக்கூடியது.

## திரியங்க முகைபாத பஸ்சிமோத்தனாசனா

திரியங்க என்றால் மூன்று உறுப்புகள். இந்த ஆசனத்தில் சேரும் மூன்று உறுப்புகள்: கால், முழங்கால், பின்புறம் (buttocks) முகை என்றால் முகம். ஏக என்றால் ஒரே காலத்தில். முகம், ஒரு பாதம்- காலைத் தொடுவதால் இந்தப் பெயர்.

★ தரையில் உட்காரவும்.

★ இடது காலை முழங்காலில் வளைத்து அதை பின்னுக்குத் தள்ளி தொடையின் கீழ் கொண்டு வரவும்.

★ இந்த நிலையில் பேலன்ஸ் செய்து உடல் பளுவை இடது காலில் வைக்கவும்.

★ வலது காலை இரண்டு கைகளாலும் பிடித்துத் தலையை மேலே தூக்கிப் பார்க்கவும்.

★ முழங்காலை சேர்த்து முன்னே வளைய வேண்டும். உச்சி, மூக்கு, உதடு முழங்காலுக்கு அப்பால் போக வேண்டும்.

★ இந்த நிலையில் ஒரு நிமிடம் இருக்க வேண்டும்.

★ இதே போல் கால் மாற்றி செய்ய வேண்டும்.

★ மூச்சை இழுத்து முதல் நிலைக்கு வரவும்.

**பலன்கள்:**

கணுக்கால், முழங்கால் சுளுக்கு நீங்குகிறது. கால் வீக்கம் குறையும். ஜானு சிரசாசனம், அர்த்த பத்த பத்ம பஸ்சிமோத்தனாசனாவோடு சேர்ந்து இந்த ஆசனம் வயிற்றுப்பகுதி உறுப்புகளை நல்ல நிலையில் வைக்கிறது. இதுவே பல வியாதிகள் வராமல் தடுக்க உதவுகிறது. நீண்ட ஆயுள், மகிழ்ச்சி, ஆரோக்கியமான மனம் ஆகியவை இந்த ஆசனங்களால் கிடைக்கும்.

# க்ரேளஞ்சாசனா

க்ரௌஞ்சா என்றால் கொக்கு. கொக்கு போல் இருப்பதால் இந்தப் பெயர்.

★ கீழே உட்கார்ந்து காலை நீட்டவும்.

★ இடது கால் முழங்காலை வளைத்து பின்னே கொண்டு சென்று தொடையின் கீழ் வைக்கவும்.

★ வலது காலை நன்றாக நீட்டவும். வலது கால் விரல்களை வலது கையால் பிடிக்கவும். முதுகு நேராக இருக்க வேண்டும். இரண்டு முறை மூச்சு விட்ட பிறகு, உடலையும், தலையையும் முன்னால் தள்ளி, அதே சமயம் காலை பக்கத்தில் கொண்டு வந்து தாவாக்

கட்டையை முழங்கால் மேல் வைப்பதுதான் இந்த ஆசனாவின் இறுதிநிலை.

★ இந்த நிலையில் அரை நிமிடம் இருக்கவும். மடிக்கப் பட்ட இடது கால் தரையின் மேல் நன்றாக அழுந்தி இருக்க வேண்டும்.

★ மூச்சை இழுத்து கை கால்களை முதல் நிலைக்குக் கொண்டு வரவும்.

★ இதே போல் கால் மாற்றி செய்ய வேண்டும்.

**பலன்கள்:**

திரியங்க முகை பாத பஸ்சிமோத்தனாசனா செய்த பிறகு இந்த ஆசனாவை செய்யலாம். பஸ்சி மோத்தனாசனாவை விட இது கடினம். ஆகவே பலன்களும் அதிகம். கால்களுக்கு நீட்சி தருகிறது. கால் தசைகளுக்கு சிறப்பான பயிற்சி கொடுக்கிறது. வயிற்றுப்பகுதி உறுப்புகள் பொலிவு பெறுகின்றன.

## உபவிஸ்த கோணாசனா

உபவிஸ்த என்றால் உட்காருதல். கோணா என்றால் கோணம்.

★ தரையில் உட்கார்ந்து காலை நீட்டவும்.

★ பக்கவாட்டில் எவ்வளவு முடியுமோ அவ்வளவு கால்களை அகட்டவும். கால்கள் நேராகவும் தரையில் நன்றாகப் படிந்தும் இருக்க வேண்டும்.

★ இரண்டு கைகளாலும் கால் கட்டை விரலைப் பிடிக்கவும்.

★ முதுகை நேராக வைக்கவும்.தலையைப் பின்னால் தள்ளி கூரையைப் பார்க்கவும்.

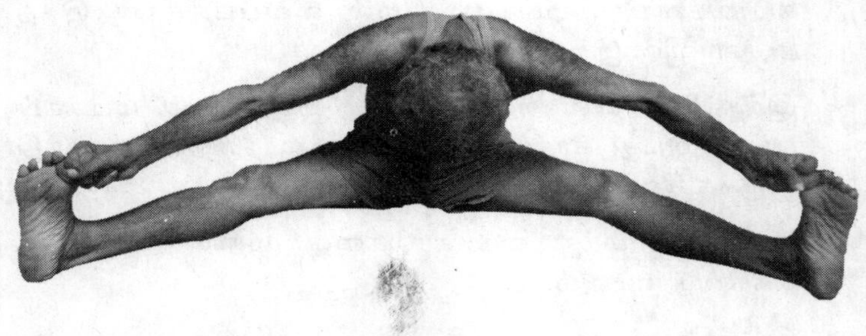

★ மூச்சை வெளிவிட்டு குனிந்து வாயால் தரையைத் தொட வேண்டும். பாதங்களை உள்ளங்கையால் அணைக்கவும். இந்த நிலையில் அரை நிமிடம் இருக்கவும்.

★ மூச்சை இழுத்து, படிப்படியாக முதல் நிலை வரவும். வலது பக்கம் திரும்பி வலது கால் மேல் தலையை வைக்கவும்.

★ இது போல் இடது பக்கமும் செய்ய வேண்டும்.

**பலன்கள்:**

இந்த ஆசனா, பின் தொடைத் தசை நார்களை (hamstring) நன்றாக நீட்சி செய்கிறது. ஹெர்னியா வராமல் தடுக்கிறது. மாத விலக்கைக் கட்டுப்படுத்தி கருப்பையைத் தூண்டுவதால் பெண்களுக்கு அதிக பலன் உண்டு.

## பஸ்சிமோத்தனாசனா

பஸ்சிமா என்றால் மேற்கு. உத்தனா என்றால் நீட்டுதல்.

★ தரையில் உட்கார்ந்து கால்களை நீட்டவும். சிறிது நேரம் ஆழ்ந்த மூச்சு விடவும்.

- ★ மூச்சை வெளிவிட்டு கைகளை நீட்டி கால் கட்டை விரல்களைப் பிடிக்கவும்.
- ★ முதுகை நீட்டி பின்னால் நன்றாக வளைத்து மேலே பார்க்கவும்.
- ★ பிறகு நன்றாகக் குனிந்து தலையை கீழே கொண்டு வந்து தாவாக்கட்டையால் முழங்காலைத் தொடவும்.
- ★ இந்த நிலையில் அரை நிமிடம் இருக்கவும்.
- ★ மூச்சை இழுத்து ஒன்றாம் நிலை வரவும்.

**பலன்கள்:**

இந்த ஆசனாவால் வயிற்றுப் பகுதி உறுப்புகள் பொலிவு பெறுகின்றன. இந்த ஆசனா இதயத்துக்கு மிக நல்லது. சுரப்பிகள் அதிக ரத்த ஓட்டம் பெறுகின்றன. கடினமாகப் பயிற்சி செய்து பஸ்சிமோத்தனாசனாவின் கடைசி நிலையை அடைந்தால் அதிகமான பலன் பெறலாம்.

## ஊர்த்வமுக பஸ்சிமோத்தனாசனா

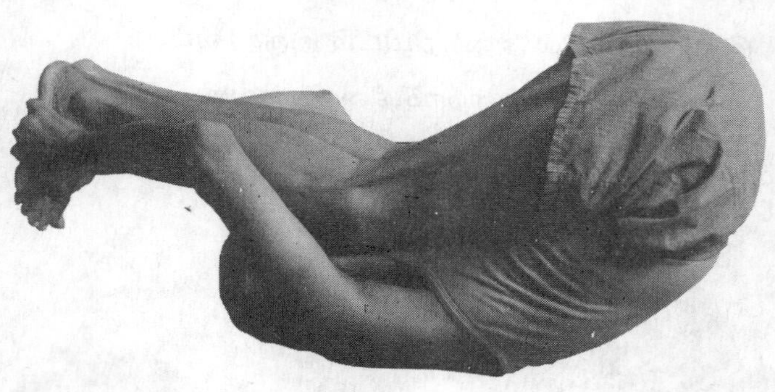

ஊர்த்வ என்றால் மேல் நோக்குதல். முகம் மேல் நோக்கிய ஆசனம் பஸ்சிமோத்தனாசனா.

★ தரையில் காலை நீட்டிப் படுக்கவும்.

★ கைகளைத் தலைக்குப் பின்னால் கொண்டு செல்லவும். சிறிது நேரம் மூச்சு விடவும்.

★ மூச்சை வெளிவிட்டு கால்களை மேலே தூக்கி தலைக்கு மேல் கொண்டு வரவும்.

★ கைகளைக் கோர்த்து பாதங்களை அணைத்தபடி கால்களைப் பிடிக்கவும்.

★ தலையும், உடம்பும் தரையில் பதிந்தபடி இருக்க வேண்டும்.

★ மூச்சை வெளிவிட்டு கால்களை நன்றாகக் கீழே கொண்டு வர வேண்டும். குதிகால் தரையை நன்றாகத் தொடவேண்டும்.

★ இந்த நிலையில் ஒரு நிமிடம் இருக்கவும்.

★ மூச்சை விட்டு முதல் நிலைக்கு வரவும்.

**பலன்கள்:**

இந்த ஆசனா சமநிலை தருகிறது. கால்கள் நீட்டப் படுகின்றன. தொடைகள் நல்ல வடிவம் பெறுகின்றன. தீவிர தலைவலிக்கு இந்த ஆசனா நல்ல மருந்து.

## உபய பாதாங்குஸ்தாசனா

உபய என்றால் இரண்டு. பாதாங்குஸ்தா என்றால் கட்டை விரல்.

★ தரையில் காலை நீட்டி உட்காரவும்.

★ காலை மடக்கி கால்களைப் புட்டத்துக்கு அருகில் கொண்டு வரவும்.

★ கைகளால் கால் கட்டை விரல்களைப் பிடித்து மூச்சை வெளிவிட்டு கால்களை மேலே நீட்டவும். கால்கள் மடங்காமல் நேராக இருக்க வேண்டும்.

★ இந்த நிலையில் ஒரு நிமிடம் இருந்து முதல் நிலைக்கு வர வேண்டும்.

**பலன்கள்:**

கால்கள் நீட்சி பெறுகின்றன. வயிற்றுப்பகுதி உறுப்புகள் தூண்டப்பட்டு நன்றாக வேலை செய்கின்றன.

## சிரசாசனா

சிரம் என்றால் தலை.

★ ஜமக்காளத்தை நாலாக மடித்து சுவருக்குப் பக்கமாக வைக்கவும்.

★ முன் கைகளை ஜமக்காளத்தில் நன்றாகப் பதிய வைக்க வேண்டும். முழங்கைகளின் நடுவில் உள்ள தூரம் தோளுக்கு சமமாக இருக்க வேண்டும்.

★ விரல்களை நன்றாகக் கோர்க்க வேண்டும். தலையின் நடுப்பகுதியை தரையில் பதித்து, கோர்த்த கைகளைத் தலைக்கு பின்னால் வைக்க வேண்டும்.

★ தலையை நன்றாகப் பதித்து அழுத்தி முழங்கால்களை தரையிலிருந்து தூக்கவும்.

★ கால்களை மேலே கொண்டு செல்ல வேண்டும்.

★ கால்கள் நீட்டப்பட்டு நேராக இருக்க வேண்டும்.

★ இந்த நிலையில் ஒன்றிலிருந்து ஐந்து நிமிடம் வரை இருக்கலாம்.

**பலன்கள்:**

இந்த ஆசனம் மூலம் மூளைக்கு அதிக ரத்தம் கிடைக்கிறது. அதனால் முழு உடலும் மனமும் புத்துணர்ச்சி பெறுகிறது.

# சர்வாங்காசனா

சர்வாங்கா என்றால் எல்லா உறுப்புகளையும் குறிக்கும். எல்லா உறுப்புகளும் இந்த ஆசனத்தால் பயன்பெறுகின்றன.

- ★ தரையில் மல்லாந்து படுக்கவும்.
- ★ மூச்சை வெளிவிட்டு முழங்கால்களை மடக்கவும். தொடைகள் அழுந்தும் அளவுக்கு கால்களை வயிறு நோக்கி கொண்டு செல்ல வேண்டும். கைகள் உடலை ஒட்டி தரையின் மீது இருக்க வேண்டும்.
- ★ பின் மூச்சை வெளிவிட்டு கால்களை உயரத்தூக்கி, உடலை செங்குத்தாக்கி மார்பு தாவாக்கட்டையைத் தொடும்படி கொண்டு செல்ல வேண்டும்.
- ★ கைகளை முதுகின் மீது வைத்து உடலைத் தாங்க வேண்டும்.
- ★ மூச்சை விட்டு கால்களை நேராக்க வேண்டும்.
- ★ இந்த நிலையில் ஐந்து நிமிடம் இருக்கவும்.
- ★ மூச்சை வெளிவிட்டுக் கால்களை கீழே இறக்கவும்.

**பலன்கள்:**

இந்த ஆசனா உடலை ஒருங்கிணைத்து மனத்தோடு சேர்க்கிறது. சர்வாங்காசனாவில் ஐந்து நிமிடம் இருப்பது ஆரம்பத்தில் கடினம். நீண்ட பயிற்சிக்குப் பிறகு எளிதில் ஐந்து நிமிடம் நிற்கமுடியும்.

## ஹாலாசனா

ஹாலா என்றால் கலப்பை.

- ★ சர்வாங்காசனா செய்யவும். தாவாக்கட்டை- மார்புப் பிணைப்பு இறுக்கமாக இருக்க வேண்டும்.
- ★ உடலை பின்னால் கொண்டு சென்று, கால்களையும் கைகளையும் பின்னால் நீட்ட வேண்டும்.

★ முழங்காலை நீட்டித்து கைகளால் முதுகைத் தாங்கவும்.

★ இந்த நிலையில் நீண்ட நேரம் இருப்பதற்கு மிகுந்த பயிற்சி தேவை

**பலன்கள்:**

இதன் பலன்கள் சர்வாங்காசனாவின் பலன்களே. ரத்த அழுத்தம் இருப்பவர்களுக்கு இந்த ஆசனா மிகவும் நல்லது.

## கர்ணபீடாசனா

கர்ண என்றால் காது. பீடா என்றால் அழுத்தம்.

★ ஹாலாசனா செய்யவும்.

★ சில நிமிடங்கள் கழித்து முழங்கால்களை மடக்கிக் காதுக்கு அருகில் கொண்டு வரவும்.

★ குதிகால்களை நீட்டி பாதங்களைச் சேர்க்கவும்.

★ கைகளை முதுகுக்குப் பின்னால் வைக்கவும்.

★ இந்த நிலையில் அரை நிமிடம் இருக்கவும்.

**பலன்கள்:**

உடல், இதயம், கால்களுக்கு இந்த ஆசனா ஓய்வு தருகிறது. தண்டு வடம் நீட்சி பெறுகிறது. இடுப்புப் பகுதியில் ரத்த ஓட்டம் அதிகரிக்கிறது.

## சுப்தகோணாசனா

சுப்த என்றால் கீழே படுத்தல்.

★ கர்ண பீடாசனாவுக்கு வரவும்.

★ பிறகு காலை நீட்டி நன்றாக எவ்வளவு முடியுமோ அவ்வளவு பரப்பவும்.

★ உடலை மேலே இழுத்து முழங்காலை நீட்டவும்.

★ குதிகால் மேலே பார்க்க வேண்டும்.

★ இந்த நிலையில் அரை நிமிடம் இருக்கவும்.

**பலன்கள்:**

இந்த ஆசனா கால்களைப் பலப்படுத்துகிறது. வயிற்றுப் பகுதி உறுப்புகளின் இயக்கத்துக்கு உதவி செய்கிறது.

## பார்ஸ்வ ஹாலாசனா

★ சர்வாங்காசனாவிலிருந்து உடலையும் காலையும் வலது பக்கம் கொண்டு செல்லவும்.

★ பாதங்கள் வலது பக்கத்தில் நன்றாக நீட்டப்பட்டு தரையில் பதிய வேண்டும்.

★ இந்த நிலையில் அரை நிமிடம் இருக்கவும்.

★ இதே போல் இடது பக்கமும் செய்ய வேண்டும்.

**பலன்கள்:**

பெருங்குடல் நன்றாக பயிற்சி பெறுகிறது. இதனால் மலச்சிக்கல் தீர்ந்து ஜீரணம் நன்றாக நடைபெறும்.

## பரிகாசனா

- ★ தடாசனாவுக்கு வரவும்.
- ★ மண்டியிட்டு தரையில் உட்காரவும்.
- ★ வலது காலை வலப்பக்கமாக நீட்டவும்.
- ★ வலது கையை வலது காலின் மீது நேராக வைக்கவும். உள்ளங்கை மேல் நோக்கி இருக்கவேண்டும்.
- ★ இடுப்பை வலதுபுறமாக வளைத்து தலையை வலது முழங்கால் மீது தொடவும்.

★ இடது கையை தலைக்கு மேலாகத் தூக்கி வலது பாதத்தோடு சேர்க்கவும். இந்த நிலையில் அரை நிமிடம் இருக்கவேண்டும்.

★ இதேபோல் இன்னொரு பக்கமும் செய்யவேண்டும்.

**பலன்கள்:**

இடுப்புப் பகுதிக்கு வலுவான பயிற்சி கிடைக்கிறது. கைகள் நன்றாக நீட்டப்படுகின்றன.

## ஜாதரபரிவர்தனாசனா

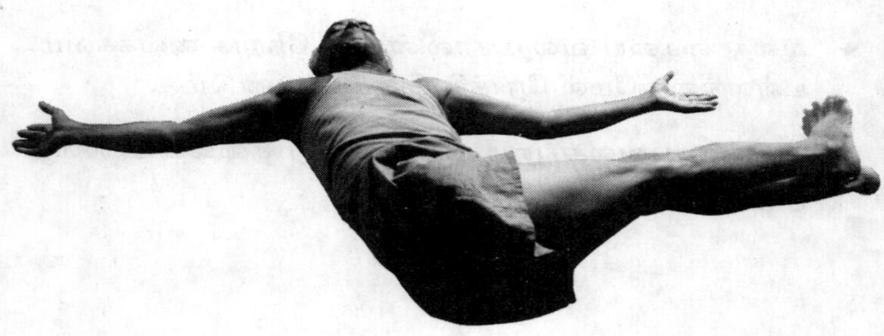

ஜாதர என்றால் வயிறு. பரிவர்தனா என்றால் சுழற்றுதல்.

★ தரையில் மல்லாந்து படுக்கவும்.

★ பக்கவாட்டில் கைகளை நீட்டவும். கைகள் தோளுக்கு நேராக இருக்க வேண்டும். இப்போது உடம்பு சிலுவை போல் காட்சி அளிக்கும்.

★ மூச்சை வெளிவிட்டு தரைக்குச் செங்குத்தாக கால்களைத் தூக்க வேண்டும்.

★ இதே நிலையில் சிறிது நேரம் மூச்சு விடவும். அதன் பிறகு மூச்சை வெளிவிட்டு இரண்டு கால்களையும்

பக்கவாட்டில் நகர்த்தி தரையில் பதிக்கவும்.கை, கால் விரல்கள் தொடும் நிலையில் வரவேண்டும்.

★ முதுகு தரையில் நன்றாகப் பதிய வேண்டும். கால்கள் சேர்ந்த மாதிரி இருக்க வேண்டும்.

★ இது போல் இன்னொரு பக்கத்திலும் செய்ய வேண்டும்.

**பலன்கள்:**

சதையைக் குறைத்து ஸ்லிம் ஆக்குகிறது. வயிற்றுப்பகுதி உறுப்புகளுக்கு நல்ல பயிற்சி.

## ஊர்த்வ ப்ராசாரித பாதாசனா

<u>ஊ</u>ர்த்வ என்றால் மேல் நோக்குதல். ப்ராசாரித என்றால் நீட்டுதல்.

★ தரையில் மல்லாந்து படுத்து கைகளை பின்னால் நீட்டவும்.

★ மூச்சை இழுத்து கால்களை 30 டிகிரி கோணத்தில் தூக்கவும். இதே நிலையில் 15 அல்லது 20 நொடிகள் இருக்கவும்.

★ இப்போது 60 டிகிரி கோணத்தில் உயர்த்தவும். இதே நிலையில் 20 நொடிகள் இருக்கவும்.

★ கால்களை 90 டிகிரி கோணத்தில்செங்குத்தாக தூக்கவும். இதே நிலையில் சாதாரண மூச்சுடன் அரை நிமிடம் இருக்கவும்.

★ மூச்சை வெளிவிட்டு கால்களை இறக்கவும்.

★ இதைப் பல முறை செய்ய வேண்டும்.

ஆரம்ப நிலை

இறுதி நிலை

**பலன்கள்:**

இந்த ஆசனா வயிற்றுச் சதையை நன்றாகக் குறைக்கும். வாயுத்தொல்லை உள்ளவர்களுக்கு நல்ல பலன் கிடைக்கும்.

# சுப்த பாதாங்குஸ்தாசனா

சுப்த என்றால் படுத்தல். பாதாங்குஸ்தா என்றால் கட்டை விரல்.

★ தரையில் மல்லாந்து படுக்கவும். கால்களை நன்றாக நீட்டவும்.

★ மூச்சை இழுத்து வலது காலை மேலே தூக்கவும். கால் தரைக்கு செங்குத்தாக இருக்க வேண்டும். இடது கையை இடது தொடை மேல் வைக்கவும்.

★ வலது கையைத் தூக்கி வலது கட்டை விரலைப் பிடிக்கவும்.

★ மூச்சை வெளிவிட்டு உடலைத் தூக்கவும். முகம் இடது முழங்காலில் பதிவதுதான் இந்த ஆசனாவின் இறுதி நிலை.

★ இந்த நிலையில் அரை நிமிடம் இருக்கவும்.

★ இதே போன்று இன்னொரு பக்கமும் செய்ய வேண்டும்.

**பலன்கள்:**

கால்கள் நன்றாக வடிவம் பெறும். கோணல் மாணல் இல்லாமல் நேராக, வலுவாக இருக்கும். SCIATICA என்ற பிரச்னை உள்ளவர்களுக்கு நல்ல பலன்.

## அனந்தாசனா

அனந்தா என்றால் விஷ்ணு, விஷ்ணுவின் படுக்கை சேஷா.

★ மல்லாந்து படுக்கவும். மூச்சை விட்டு இடது பக்கம் திரும்பி உடலைத் தரையில் பதிக்கவும்.

ς

- ★ தலையைத் தூக்கி இடது கையை வளைத்து தலையைத் தாங்கவும்.
- ★ வலது காலை மேலே நீட்டி வலது கையால் கால் கட்டை விரலைப் பிடிக்கவும்.
- ★ மூச்சை விட்டு வலது காலையும் வலது கையையும் நேராக்கவும்.
- ★ இந்த நிலையில் அரை நிமிடம் இருக்கவும்.
- ★ இதே போல் இன்னொரு பக்கமும் செய்ய வேண்டும்.

**பலன்கள்:**

இந்த ஆசனா செய்தால் ஹெர்னியாவைத் தடுக்கலாம். முதுகு வலிக்கும் நல்ல நிவாரணம் கொடுக்கிறது.

## பரத்வாஜாஸனா

பரத்வாஜ முனிவர் துரோணரின் தகப்பன். துரோணர், பாண்டவர், கௌரவர் ஆகியோரின் ஆசான்.

- ★ தரையில் உட்கார்ந்து காலை நீட்டவும்.
- ★ முழங்காலை மடக்கி காலை பின்னால் தள்ளி இரண்டு பாதங்களையும் இடது புட்டத்துக்குப் பக்கத்தில் கொண்டு வரவும்.
- ★ பின்புறத்தைத் தரையில் அமுக்கி உடலை 45 டிகிரி வலது பக்கம் திருப்பி இடது கையை வலது தொடைக்குக் கீழ் வைக்கவும்.
- ★ மூச்சை வெளிவிட்டு வலது கையைப் பின்னால் கொண்டு வந்து மடக்கி வலது கையால் இடது கையைப் பிடிக்கவும்.

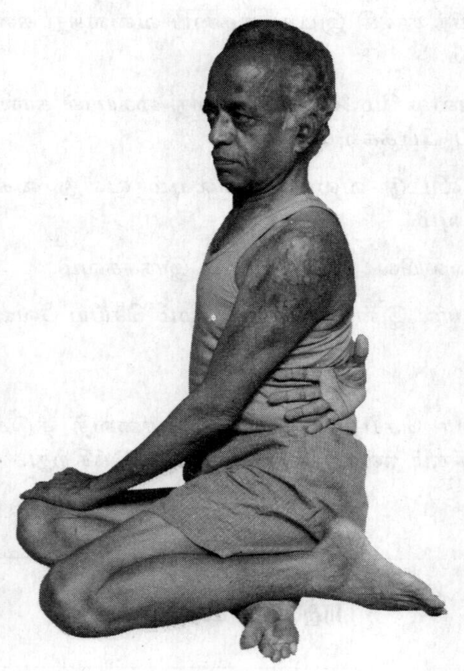

★ கழுத்தை இடது பக்கம் திருப்பி இடது தோள்மேல் பார்க்கவும்.

★ ஆழ்ந்த மூச்சுடன் அரை நிமிடம் இருக்கவும்.

★ இதே போல் இன்னொரு பக்கமும் செய்யவும்.

**பலன்கள்:**

பலவிதமான வாயுப்பிடிப்புகள் இதனால் சரியாகும். ஆர்த்தரைடிஸ் உள்ளவர்களுக்கும் அதிக பலன் கிடைக்கும்.

# மாரிச்யாசனா

- ★ தரையில் உட்கார்ந்து காலை நீட்டவும்.
- ★ இடது காலை மடக்கி பாதத்தைத் தரையில் பதிக்கவும்.
- ★ மூச்சை வெளிவிட்டு உடலை 90 டிகிரி இடது பக்கம் திருப்ப வேண்டும். வலது கையை இடது தொடைக்கு மேல் கொண்டு வரவும்.
- ★ வலது கையை நன்றாக நீட்டி வலது முழங்காலுக்கப்பால் கொண்டு செல்லவும்.
- ★ மூச்சை வெளிவிட்டு இடது கையை பின்னால் கொண்டு வந்து வலது கையைப் பிடிப்பதே இதன் இறுதி நிலை.
- ★ இந்த நிலை வருவதற்கு நீண்ட பயிற்சி தேவை.
- ★ இதே போல் இன்னொரு பக்கமும் செய்ய வேண்டும்.

***பலன்கள்:***

குடல்களுக்கு நல்ல பயிற்சி கிடைக்கிறது. உடலின் மேல் பகுதி நன்றாக வளையும். திரும்பும்.

# அர்த்தமத்ஸ்யேந்தராசனா

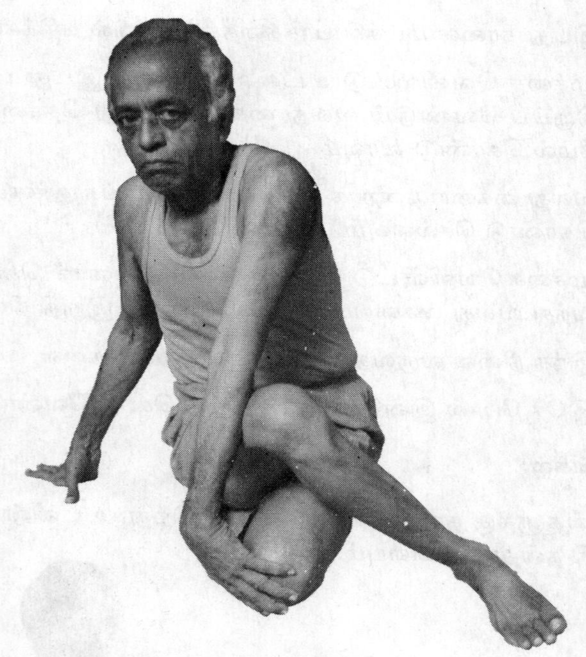

அர்த்த என்றால் பாதி. மத்ஸயேந்த்ரா என்பவர் பண்டை காலத்து யோக ஆசிரியர்.

★ தரையில் உட்கார்ந்து காலை நீட்டவும்.

★ இடது காலை வளைத்து புட்டத்தைத் தூக்கி பாதத்தைப் பதிக்கவும்.

★ வலது காலை மடக்கி இடது தொடைக்கு மேலே கொண்டு வரவும்.

★ இடது கையை வலது முழங்கால் மேல் வைக்கவும்.

★ உடம்பை 90 டிகிரி வலது பக்கம் திருப்பவும்.

★ முழங்காலைச் சுற்றி இரண்டு கைகளும் சேர வேண்டும்.

★ இந்த நிலை மிகவும் கடினமானது. ஆகவே எவ்வளவு முடியுமோ அவ்வளவு செய்தாலும் நல்லது.

**பலன்கள்:**

உடலின் இயக்கம் நன்றாக அமையும். வயிற்றுப்பகுதிகள் நன்றாக வேலை செய்யும். வாயுப் பிரச்னைகள் தீரும்.

## மாலாசனா

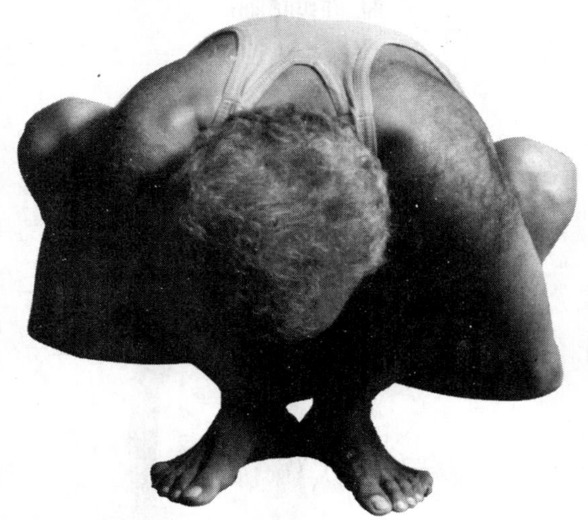

மாலா என்றால் மாலை.

★ பாதத்தின் மேல் மண்டியிட்டு உட்காரவும்.

★ முழங்காலை அகட்டி உடலை முன்னால் கொண்டு செல்லவும்.

★ மூச்சை வெளிவிட்டு கைகளை மடக்கி முழங்காலுக்கு முன்னால் உள்ளங்கைகளைத் தரையில் பதிக்கவும்.

- ★ கைகளை பின்னால் கொண்டு சென்று முதுகுக்குப் பின்னால் நன்றாகக் கோர்க்கவும்.
- ★ முதுகை, கழுத்தை நன்றாக நீட்டவும்.
- ★ இந்த நிலையில் அரை நிமிடம் இருக்கவும்.
- ★ இப்போது மூச்சை வெளிவிட்டு குனிந்து தலையால் தரையைத் தொடவும்.

**பலன்கள்:**

இந்த ஆசனா வயிற்றுப்பகுதி உறுப்புகளுக்குப் பொலிவு கொடுக்கிறது.

## நடராஜாசனா

ஒற்றைக் காலில் நிற்பதால் இதற்கு நடராஜாசனா என்று பெயர்.

★ தடாசனாவுக்கு வரவும்.

★ இடது காலைப் பின்னால் மடக்கி இடது கையால் கணுக்காலில் பிடிக்கவும்.

★ வலதுகையை நேராக நீட்டி, தரைக்கு இணையாக இருக்கவேண்டும்.

★ இதே போன்று இன்னொரு பக்கமும் செய்யவேண்டும்.

**பலன்கள்:**

உடலைத் தடுமாறாமல் நிலையாக நிற்க உதவுகிறது.

## பாசாசனா

★ தரையில் மண்டியிட்டு உட்காரவும்.

★ பாதங்களை முழங்காலை ஒட்டி வைத்து நன்றாக பேலன்ஸ் செய்து கொள்ளவும்.

★ 90 டிகிரி வலது பக்கம் உடலைத் திருப்பி இடது கை வலது முழங்கால் மேல் இருக்கும்படியாக வரவும்.

★ மூச்சை இழுத்து இடது கை முதுகுக்கு பின்பாக வந்து வலது கையைக் கோர்க்க வேண்டும்.

★ இது கடினமான ஆசனம். எவ்வளவு முடியுமோ அவ்வளவு செய்ய வேண்டும்.

**பலன்கள்:**

கணுக்காலுக்குப் பலம் தருகிறது. கணையம் நன்றாக வேலை செய்யும். சர்க்கரை நோய் உள்ளவர்களுக்கு நல்ல பலன்.

## சவாசனா

சவத்தைப்போல் சலனமற்றுக் கிடப்பதால் இதற்கு சவாசனா என்று பெயர்.

★ மல்லாந்து படுக்கவும்.

★ கைகளை பக்கவாட்டில் நீட்ட வேண்டும். உள்ளங்கை மேல் நோக்கி இருக்கவேண்டும்.

★ பாதங்கள் ஒன்று சேர்ந்து இருக்க வேண்டும். கால் விரல்கள் விலகி இருக்கவேண்டும்.

★ மூச்சு சீராக, மெதுவாக விடவேண்டும்.

**பலன்கள் :**

இந்த ஆசனம் உடலுக்கும், மனத்துக்கும் ஓய்வு கொடுத்து யோகாவின் கடைசி நிலையான சமாதிக்கு செல்ல உதவுகிறது.

# பிராணாயாமம்

பிராணாயாமம் என்றால் மூச்சை நீட்டிப்பது. இதனால் ரத்தத்திலுள்ள ஆக்சிஜன் அளவு அதிகமாகி தசைகளின் செயல்திறன் அதிகரிக்கிறது. இதில் பல வகைகள் உண்டு. அவற்றுள் முக்கியமான சிலவற்றைப் பற்றி இந்த அத்தியா யத்தில் பார்க்கலாம்.

உஜ்ஜயி

★ பத்மாசனாவில் உட்காரவும்.

★ தாவாக்கட்டையை கீழே அமுக்கி மார்பின் மீது அழுத்தவும். இந்த நிலைதான் ஜாலாந்தர பந்தா.

★ மூச்சை இழுத்து வெளியே விடவும். சிறிது நேரத்துக்குப் பிறகு மூச்சை உள்ளே இழுக்கவும். இது போன்று மூன்று அல்லது நான்கு முறை செய்யவும்.

★ இது உஜ்ஜயி பிராணாயாமா.

★ இதை மல்லாந்து படுத்துக் கொண்டும் செய்யலாம்.

**மூலபந்தா**

★ பத்மாசனாவில் உட்காரவும்.

★ தாவாக்கட்டையை கீழே அமுக்கி மார்பின் மீது அழுத்தவும்.

★ மூச்சை இழுத்து வெளியே விடவும்.

★ மூச்சை நன்றாக உள்ளே இழுக்கவும்.

★ வயிறை உள்பக்கம் நோக்கி முடிந்தவரையில் பின்னுக் குத் தள்ளவும். இந்த நிலையில் அரை நிமிடம் இருந்து விட்டு மூச்சை வெளியே விடவேண்டும். இதுதான் மூலபந்தா.

**விலோமா**

விலோமா என்றால் இயற்கைக்கு மாறான என்று பொருள். பொதுவாக நாம் தொடர்ந்து மூச்சு விடுகிறோம். விலோமா வில் விட்டு விட்டு மூச்சு விட வேண்டும்.

★ விலோமாவை உட்கார்ந்து கொண்டும் படுத்துக் கொண் டும் செய்யலாம்.

★ உட்கார்ந்து செய்கையில் ஜாலாந்தரபந்தா வரவேண்டும்.

★ இரண்டு நொடி இடைவெளியில் மூச்சை விட்டு விட்டு இழுக்க வேண்டும். இது மாதிரி செய்து நுரையீரலை நிரப்ப வேண்டும்.

★ 10 செகண்டுக்கு மூச்சைப் பிடிக்கவும். மூலபந்தா செய்ய வும். மெதுவாக மூச்சை வெளியே விடவேண்டும்.

★ இது முதல் பகுதி.

★ இரண்டாம் பகுதியில் மூச்சை இழுத்து நுரையீரலை நிரப்ப வேண்டும்.

★ மூச்சை 10 நொடி உள்ளே வைத்திருக்கவும்.

★ இரண்டு நொடி இடைவெளி விட்டு விட்டு மூச்சை விட வேண்டும். இதே மாதிரி நுரையீரலை காலி செய்ய வேண்டும்.

★ இடைவெளியில் மூலபந்தாவில் இருக்கவும்.

★ இதையும் பல முறை செய்ய வேண்டும்.

ஜாலாந்தரபந்தா, மூலபந்தாவுக்கான நிலை

**பலன்கள்:**

முதல் பகுதி, குறைந்த ரத்த அழுத்தம் உள்ளவர்களுக்குப் பலன் தரும். இரண்டாவது பகுதி அதிக ரத்த அழுத்தம் உள்ளவர்களுக்குப் பலன் தரும்.

**அனுலோமா**

இழுப்பு இரண்டு துவாரம் - விடுதல் ஒரு துவாரம் என்பது தான் இதன் அடிப்படை.

★ சித்தாசனா, பத்மாசனா, வீராசனா ஆகிய ஆசனங்களில் ஏதேனும் ஒன்றில் உட்காரவும்.

★ ஜாலாந்தரபந்தா வரவும்.

★ இரண்டு துளைகள் வழியாகக் கடைசி மூச்சை இழுக்க வும்.

★ மூலபந்தாவில் இருக்கவும்.

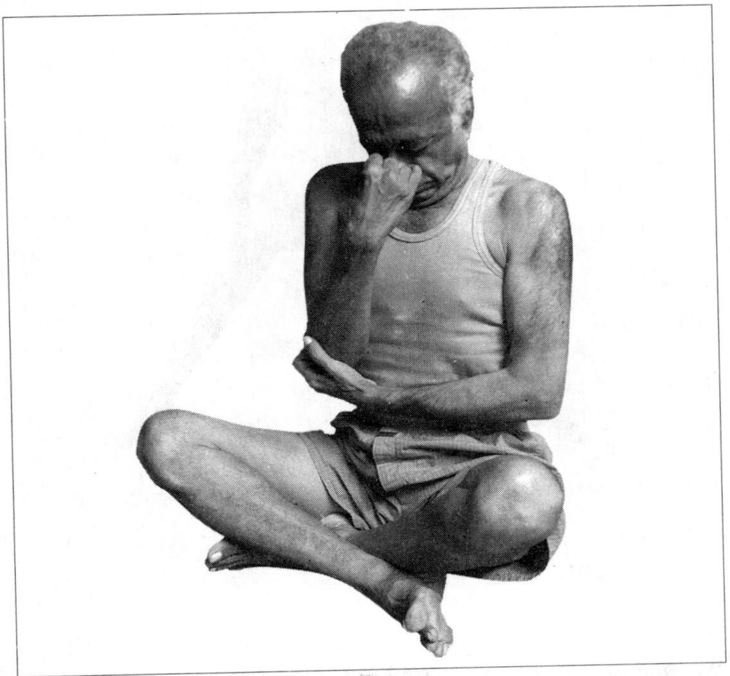

நாடிசோதனா

- ★ வலது துவாரம் வழியாக மூச்சை விடவும். இடது பக்க துவாரம் மூடி இருக்க வேண்டும்.
- ★ மறுபடியும் அதே போன்று இரண்டு துவாரம் வழியாக மூச்சை இழுத்து ஒரு துவாரம் வழியாக விட வேண்டும்.
- ★ இது போல் 5லிருந்து 8முறை வரை செய்யலாம்.

**ப்ரதிலோமா**

இழுப்பு ஒரு துவாரம் - விடுதல் இரண்டு துவாரம்.

- ★ ஜாலாந்தாரபந்தா வரவும்
- ★ இடது துவாரத்தால் மூச்சை இழுக்கவும்.
- ★ மூலபந்தாவில் இருக்கவும்.
- ★ இப்போது இரண்டு துவாரங்களாலும் மூச்சை விடவும்.

உத்தியான பந்தா

★ வலது துவாரத்தால் மூச்சை இழுத்து, மூலபந்தாவுக்கு பிறகு இரண்டு துவாரத்தாலும் விடவும்.

★ இது போல 5 முறை செய்ய வேண்டும்.

**பஸ்திரிகா, கபாலபாடி**

பஸ்திரிகா என்றால் bellow.

★ பத்மாசனா வந்து ஜாலாந்தர பந்தா செய்யவும்.

★ மூச்சை வேகமாக இழுத்து வெளியே விடவேண்டும். இதை ஒரு சுழற்சியாகச் செய்ய வேண்டும்.

★ இது போல் 10 முறை செய்ய வேண்டும். மூச்சை மெது வாக இழுத்து மூல பந்தா செய்யவும்.

★ மூச்சை விடவும்.

★ இது போன்று ஒரு துவாரத்திலும் செய்யலாம். கபாலபாடியில் மூச்சு இழுப்பு மெதுவாகவும், மூச்சு விடுதல் வேகமாகவும் இருக்க வேண்டும்.